कालिंदीच्या डोहात

कालिंदीच्या डोहात आक्रोश आहे.

उमेश देवकर

Copyright © Umesh Deokar
All Rights Reserved.

This book has been published with all efforts taken to make the material error-free after the consent of the author. However, the author and the publisher do not assume and hereby disclaim any liability to any party for any loss, damage, or disruption caused by errors or omissions, whether such errors or omissions result from negligence, accident, or any other cause.

While every effort has been made to avoid any mistake or omission, this publication is being sold on the condition and understanding that neither the author nor the publishers or printers would be liable in any manner to any person by reason of any mistake or omission in this publication or for any action taken or omitted to be taken or advice rendered or accepted on the basis of this work. For any defect in printing or binding the publishers will be liable only to replace the defective copy by another copy of this work then available.

त्या तिघींस..

सप्रेम

अनुक्रमणिका

प्रस्तावना. xvii

नांदी xix

मनातल्या उन्हात

1. डंख विंचवाचे.. 3
2. दिस उगवतो, दिस मावळतो.. 4
3. तुला आठवतात का ते दिवस.. 7
4. त्या दिवसांची जादू.. 9
5. वाटलं होतं.. 10
6. दुनियादारी 11
7. तूच का..? 12
8. जीवनाची गोडी 13
9. त्या बंद खोलीत.. 15
10. कालिंदीच्या डोहात 16
11. ती रात्र तशीच होती. 17
12. तुझ्यावाचून.. 22
13. बाण 23
14. भूकंप 24
15. बंधन 26
16. तुझ्या आठवणी 28
17. सुफळ संपूर्ण. 29
18. स्वत्व 31
19. जोकर 32
20. मी पाहिलंय.. 33
21. दूर क्षितिजावर 34

• v •

अनुक्रमणिका

22. तुला असं नाही वाटत का..	35
23. तडफड	36
24. अंतर	38
25. डोहामध्ये..	39

मोरपंखी सावल्या

26. मोरपंख	43
27. चैत्र वाळवण	44
28. राक्षस	47
29. ओंडका	50
30. पायरी	52
31. हिरमुसलेली हरणं	53
32. पावलांचं मोल	55
33. बागी	56
34. पाकळ्या	57
35. उष्टी कॉफी	59
36. सुंभ	61
37. तू कुठे काय करतेस..?	62
38. एक्सपायरी डेट	64
39. संहिता	66
40. विधवेचं भूत	68
41. शाप	69
42. थोडं जगूया कि..	71
43. आहिस्ता.. आहिस्ता..	72
44. निद्रिस्त मंदिराचं शिखर..	74

अनुक्रमणिका

45. यारा सिली सिली	76
46. रात	77
47. बाहुली	78
48. कालिंदी	79
49. घनन घन..	81
50. सगळंच काल्पनिक..	83

उर्मिलेच्या बनात

51. मी प्रेमिका	87
52. मी मनस्वी	88
53. अध्याय 53	89
54. ठरलंय ना..	90
55. तिला वाटतय..	92
56. लिफ्ट बंद आहे.	93
57. योग	95
58. थोडं जादा प्रेम कर..	96
59. आठवणीतलं जहाज	97
60. त्या रात्री..	99
61. उर्मिलेसारखी तू..	101
62. चुकलंच माझं..	103
63. महक	105
64. राजा आणि खंजीर	107
65. घाव	109
66. दोन झाडं ओळीत होती.	112
67. सांज बनात	113

• vii •

अनुक्रमणिका

68. ओळखलं नाहीस का..?	114
69. प्रीतीचे पक्षी	116
70. ती उल्का	118
71. त्या पत्त्यावर..	120
72. मिठी तुझी	121
73. कालिंदीच्या डोहात आक्रोश आहे.	122
74. चहा घेऊन येऊ..	123
75. फुलांचं शहर	125

फिक्कट गुलाबी

76. गोची	129
77. अबोल पणाचा प्रवास	130
78. धूळ	131
79. तो चंद्र	132
80. परवड	133
81. तुझ्या सोबत असताना..	134
82. सर्व काही तुलाच..	135
83. वसंत बहरलाच नाही.	136
84. ती कोण आहे..?	137
85. विषकन्या..	139
86. मुक्तता	140
87. दिपस्तंभावरून..	141
88. पायरीवर	143
89. पत्रास कारण कि..	144
90. तू रात्र हो..	145

अनुक्रमणिका

91. प्रश्न नको ना..	147
92. नवा मेघदूत	148
93. मोरपीस	149
94. आंदण	150
95. तिखटगोड	151
96. अंगरखा	153
97. आठवण	155
98. उल्का आणि धूमकेतू	157
99. वितळलेला चंद्र	159
100. असं झालं तर..	160

कालिंदीच्या डोहात

101. राधेसह..	165

'काटा रुते कुणाला, आक्रंदतात कोणी
मज फूल ही रुतावे हा दैवयोग आहे..
सांगू कशी कुणाला कळ आतल्या जीवाची
चिर-दाह वेदनेचा मज शाप हाच आहे.'

.

.

शांता शेळके

कालिंदीच्या डोहात

(काव्यसंग्रह)

उमेश देवकर

कव्हर सेटअप

विजय पोवार
वैभवी ग्राफिक्स

प्रस्तावना.

'कालिंदीच्या डोहात' हा माझा पहिलाच काव्यसंग्रह.

हे माझं पहिलंच पाऊल आहे, या क्षेत्रातलं.

अडखळत पडलंय. पण हे टाकताना मला खूप मजा आलीय.

आणि पुढचा लांबचा पल्ला गाठण्यासाठी मी उत्सुक झालोय.

अधीर झालोय.

मला ही वाट चालायची आहे. मला ही वाट जगायची आहे.

अधिक सक्षमपणे, अधिक भक्कमपणे.

आनंदाने..

या क्षेत्रातल्या नव्या, जुन्या वाटसरूंच्या संगतीत..!!

मनःपूर्वक सादर..!!

उमेश देवकर.(UD)

नांदी

कविता जितकी वरवर सरळ दिसते, तितकी ती सरळ असेलच असं नाही.
बहुधा ती सरळ नसतेच कधी.
कवितेचा संदर्भ माहित नसेल,
तिच्या मागची गोष्ट माहित नसेल तर कधीकधी कवितेचा अर्थ
लागत नाही.
आणि बऱ्याचवेळा एकाच कवितेचे अनेक वेगळे वेगळे अर्थही बाहेर
येतात.

.

या कविताही अशाच आहेत. काहीश्या वेगळ्या. वरून दिसताना त्या
सहज, सोप्या वाटतात.
पण त्यांच्या तळाशी नक्कीच काहीतरी आहे. कुठे जोश आहे, तर कुठे
आक्रोश आहे.
या कविता भिजलेल्या आहेत. डोहात पोहल्या नंतरच्या आहेत. डोळे
भरल्या नंतरच्या आहेत.

.

तुम्ही ही या डोहात भिजून घ्या. त्यांचा अर्थ समजून घ्या.
या तुमच्यासाठीच आहेत.

.

उमेश देवकर (UD)

कोण म्हणतं जगी जयघोष आहे..

कालिंदीच्या डोहात आक्रोश आहे..!!

मनातल्या उन्हात

1. डंख विंचवाचे..

दोन जीवांना जोडती, जे गंध आसवांचे..
तेच छंद तोडती, हे बंध साकवांचे..

विरहात होड्या तैरती, इथे दोर आठवांचे...
प्रणयात होड्या बुडती, जिथे जोर नाखवांचे..

प्रतीक्षेत जळून जाती, हे शल्य काजव्यांचे..
अबोल्यात सरती राती, वैफल्य रातव्यांचे..

कालिंदीच्या डोहात न्हाती, वारीस केशवाचे..
तनामनाची लाही होई, असे डंख विंचवांचे..

2. दिस उगवतो, दिस मावळतो..

दिस उगीच उगवतो, दिस उगीच मावळतो.
उजेडाकडून अंधारात विसावतो.

.

झिरझिर उजेड होताना मी तुला साद घालतो,
किर्र्र्र्र अंधार होईपर्यंत मी तुझी वाट पाहतो.

.

तप्त उन्हात, रख्ख मृगजळात,
तुला आस लावून पहातो,
काळ्याकुट्ट अंधारात, सावंटांच्या लपंडावात,
तुझी चाहूल घेतो.

.

निळ्या आकाशात, घार पक्षाच्या पल्याड,
ढगांच्या आकृतीबंधात तुझा शोध घेतो.
लक्ख चांदण्यात, चंद्राच्या प्रांगणात,
सप्त ताऱ्यांच्या अंगणात तुझा वेध घेतो.

.

अवसेच्या रातीपासून पुनवेच्या भरतीपर्यंत
मी फक्त हेच करत राहतो.

.

रानावनात, खाचखळग्यांत,
दगडगोट्यात, वाट तुडवत राहतो.
कर्द चिखलात, गर्द गवतात,

चिल्लारी झुडुपात अंग फाडून घेतो.

.

डोंगरावरून उतरणाऱ्या धारेमागं,
सांजपरती बगळ्यांच्या माळेमागं,
फुलपाखरांच्या शाळेमागं सुस्साट धावतो.
दूर गेलेली पायवाट, काट्याकुट्यांची रानवाट,
नदी नाले आणि घाट
सगळं काही तुडवतो.

.

झाडांना विचारतो, दगडांना विचारतो,
काटेरी झुडपांना,
वेलीला, फुलाला, बोरीला, बाभ्ळीला अन्
हवेत उडणाऱ्या म्हातारीलाही विचारतो.

.

कुणीच बोलत नाही.
कुणीच काही सांगत नाही. जीव गुदमरतो.

.

अडवळणी रस्त्यांवर, अनोळखी वस्त्यांवर,
रात चोरीच्या गस्त्यांवर तुझी विचारपूस करतो.
गावातल्या पारावर, चारचौघांच्या दारावर,
सणासुदीच्या वारांवर तुझा पत्ता विचारतो.

.

कुणालाच काही माहित नाही.
जीव तळमळतो.

.

मध्येच तुझ्या येण्याचा भास होतो,
कुंदकळ्यांचा वास येतो,
क्षणभरात ऱ्हास होतो,
जीवाला या फास होतो,

कालिंदीच्या डोहात

मरण यातनांचा त्रास होतो.
श्वास कासावीस होतो.

.

दमलेल्या पायांनी, सुकलेल्या डोळ्यांनी,
रक्तबंबाळ अंगांनी,
जीव एकवटून टाहो फोडतो.
आभाळातल्या गोंड्याला,
देवाच्या धोंड्याला, धोंड्यातल्या सोंड्याला
विनवणी करतो.
पण तो फक्त बघतच बसतो.
शांत राहून डसतो.

.

तू येणारच नाहीस का...?
येण्यासाठी निघणारच नाहीस का...?
धावत येऊन बिलगणारच नाहीस का...?
पेटलेला वणवा विझवणारच नाहीस का...?
रक्तचंदनाचा लेप लावणारच नाहीस का...?

.

मी डोळे लावून बसतो.
युगांची आस लागून फसतो.
पायातला काटा काळजाला बोचतो.
डोळ्यातला थेंब हृदयाला टोचतो.
अश्रूंचा महापूर येतो,
भावनांचा कल्लोळ उठतो,
हुंदक्यांचा कडेलोट होतो.

.

पुन्हा दिवस उगवतो, पुन्हा दिवस मावळतो,
उजेडाकडून अंधारात विसावतो.
आणि मी....? मी.... पुन्हा....

• 6 •

3. तुला आठवतात का ते दिवस..

तुला आठवतात का ते दिवस..
जेव्हा धुंद धुक्याची लहर उठलेली असायची.
प्राजक्ताच्या सड्यांची रेलचेल झालेली असायची.
दूर कुठून तरी रक्तचंदनाच्या सुवासाची महक उठलेली असायची.

.

त्या लालमातेरी वाटेवर..
आडोश्याच्या त्या वळणावर..
काटेरी बाभळीच्या शुष्क सावलीत..
त्या रुक्ष दगडावर..
मी तुझी वाट पाहत बसलेलो असायचो.

.

अन...
क्षणात गडबड व्हायची..
रानपाखरांची फडफड व्हायची..
फुलपाखरांची झगमग व्हायची..
माझी ही धकधक व्हायची..

.

धुंद धुक्यातून..
हिरव्यागर्द कड्यातून..
प्राजक्ताच्या सड्यातून..
तुझी हळुवार पाऊलं पडायची.

.

कालिंदीच्या डोहात

क्षणात बाभूळ फुलून यायची.
पिवळ्या धम्मक फुलांची उधळण व्हायची.
काट्यांची मखमल व्हायची.
हृदयाची मलमल व्हायची.

तुला आठवतात का ते दिवस..
खरच तुला आठवतात का ते दिवस...
जेव्हा तुझ्यासाठी एवढी सारी गडबड व्हायची.

4. त्या दिवसांची जादू..

त्या क्षणांची जादूच काही और होती.
त्या दिवसांची जादूच काही और होती.
आतुरलेल्या मनाला तुझ्या दिसण्याची आस होती.
त्या दिवसात तूच माझ्यासाठी खास होती.

.

त्या पाऊवाटेवरून जाताना..
पिवळीगर्द मखमल तुडवताना..
तुझी पाऊलं..
एकदा सोडून दोनदा अडखळली होती.

.

आता तरी खरं सांग मला..
खरंच,
तुझी पाऊलं माझ्यासाठी अडखळली होती..
कि..
त्या दुष्ट काट्यांनी तुझी वाट अडवली होती.

.

मला अजूनही तो प्रश्न पडतो.
त्या प्रश्नाच्या उत्तरात आजही दिवस सरतो.
बघ ना..
त्या प्रश्नांची जादू काही औरच होती.
त्या दिवसांची जादू काही औरच होती.

• 9 •

5. वाटलं होतं..

तू पुढे निघून गेल्यावर मी कितीतरी वेळा हरलो आहे.
तुला पाठमोरी बघून पुन्हा पुन्हा झुरलो आहे.

वाटलं होतं..
तू एकदा मागे वळून पाहावं..
तुझ्या बघण्यासरशी वादळवारं सुटावं..
आसवांचं धरण फुटावं..
आयुष्याचं मरण मिटावं.

पण कसलं काय..
तू मागे वळून पाहिलं नाही.
वादळवारं सुटलं नाही.
आसवांचं धरण फुटलं नाही.
आयुष्याचं मरण मिटलं नाही.

तुझ्या पायधुळीचा गंध अजूनही माझ्या श्वासात आहे.
तुझ्या पाऊलांची छटा अजूनही माझ्या भासात आहे.
तू गेलेल्या वाटेकडे पाहत अजूनही मी झुरतो आहे.
क्षणा क्षणाला हरतो आहे. क्षणा क्षणाला मरतो आहे.

6. दुनियादारी

खूप दिवसांनी तू भेटलीस.
भेटताक्षणीच गोड हसलीस.
त्या हसण्यामागे काहीतरी गौडबंगाल आहे.
माझ्यावर दया कर. मी आधीच कंगाल आहे.

.

ठरवून काही करणं मला कधी जमलं नाही.
तुझ्या सारखं हसणं सोड,
उगीचच रुसणंही जमलं नाही.
तुझ्यामागे फिरलोय खरं..
तुझ्यासाठी झुरलोय हे ही खरं..
पण तुझ्याइतकं दुनियादारीत कधी मुरलोही नाही.

.

असं मध्येच तू दिसायला नको होतं.
भरली जखम ठसठसवायला नको होतं.
जखम भरणं इतकं सोप्पं नाही.
याच्या इतकं मोठं पाप नाही.

7. तूच का..?

तूच का..?
खूपवेळा प्रश्न पडतो.
विचारांचा गोंधळ उडतो.
चारीबाजूनी मला पिडतो.

तू नाही तर मग कोण?
हा ही प्रश्न सतावतो.
चारी दिशेला खुणावतो.
उत्तरा अभावी विसावतो.

उत्तरांचं काय..
प्रत्येक गोष्टीला थोडीच उत्तर आहे.
माझ्या सुगंधी जीवनाचं
तूच अत्तर आहेस.

तुझ्या शिवाय.. तुझ्या वाचून..
हे शब्द नाहीत अंगार आहेत.
तू आणि तूच..
हाच खरा शृंगार आहे.

८. जीवनाची गोडी

उजाड या माळावर...
शुष्क गवताचा सडा पडलाय.
काट्याकुट्या आणि कुसळांचा..
निर्जीव असा मळा फुललाय.

.

दगडांच्या खोल कपारीतून..
सुकलेल्या मुळ्या डोकावताहेत..
उंच झाडांच्या पानगळलेल्या फांद्या..
कोरड्या आकाशाला भेदताहेत.

.

कसलीही आशा,
चिमूटभर आकांशा कुठेच दिसत नाहीये.
धुळीचे लोट उठताहेत आणि
स्वप्नांचा पालापाचोळा दुनियाभर भिरकावताहेत.

.

आभाळाला दया येत नाहीये.
शुष्क ढगांना पाझर फुटत नाहीये.
एखादी अवकाळी सर घेऊन यायची..
या निष्ठुर वाऱ्याला इच्छा होत नाहीये.
धडधड आवाज करत..
छाती फाडून..
एखादा पाण्याचा फवारा उडवण्याची..
धरणीची धडपड दिसत नाहीये.

.

कालिंदीच्या डोहात

पुन्हा रुजण्याच्या आणि फुटून येण्याच्या,
बियांच्या आणि शुष्क काटक्यांच्या इच्छेला..
कुणाचीही काडीभर मदत नाहीये.
कुठंच प्रेम दिसत नाहीये.
कुठंच प्रेम नाहीये.

.

आणि..
आणि.. नदीकाठी मात्र हिरवळच हिरवळ आहे.

.

एका ठिकाणी प्रेमच प्रेम..
आणि दुसऱ्या ठिकाणी मात्र..
आस्था, आपलेपणा आणि आपुलकीचा..
लवलेशही नाहीये.

.

नकोय तो पाऊस..
नकोय तो वाहता झरा..
थोडीशी थंड हवा..
थोडासा गारवा..
आणि पहाटेच्या वेळी,
जीर्ण खोडावर..
वाळलेल्या काटक्यावर..
उघड्या पडलेल्या मुळावर..
गवताच्या शुष्क काड्यावर..
आणि मातीत मिसळलेल्या असंख्य तृण बियांवर..
चार दवबिंदू तरी नशिबी आहेत का...?

.

चाखून पाहायला...
समजून आणि उमजून घ्यायला...
कशी असते गोडी.. प्रेमाची.. जीवनाची..!!

• 14 •

9. त्या बंद खोलीत..

त्या बंद खोलीत काय आहे..?
जिथे तू बसतेस.
सतत असतेस.
खूपदा दिसतेस.

त्या बंद खोलीत काय आहे..?
जिथे तू हसतेस.
एकटक बघतेस.
हळूच लाजतेस.

त्या बंद खोलीत काय आहे..?
जिथे तू रुसतेस.
मुळूमुळू रडतेस.
खूप खचतेस.

त्या बंद खोलीत काय आहे..?
जिथे तू बरसतेस.
नेहमी फसतेस.

10. कालिंदीच्या डोहात

कालिंदीच्या डोहात राधे, कृष्ण तुझा फसलाय.
भलामोठा कालिया, त्याच्या उरावर बसलाय.
इष्काचा सर्प त्यो, त्याला डस डस डसलाय
जहाल ईषारी फणा त्याच्या, काळजात घुसलाय.

.

चहुबाजूनी फास त्याच्या, उराभवती कसलाय.
जीव जाता जाईना राधे, श्वास तुझ्यामध्ये धसलाय.
काळजाचा ठोका त्याच्या, तुझ्यामुळं चुकलाय.
झुरतोय तुझ्यासाठी, सुखाला गं मुकलाय.

.

तुझ्यासाठी जीव त्याचा, तीळतीळ तुटलाय.
साधभोळा देव माझा, तुझ्यामागं लुटलाय.
अघोरी या खेळात, घाम माधवाला फुटलाय.
तूच लाव लेप त्याला, तीर तुझ्याहातनं सुटलाय.

.

इष्काच्या चिखलात, कान्हा खोलखोल रुतलाय.
हात दे त्याला राधे, कृष्ण तुझ्यामध्ये गुंतलाय.
कालिंदीच्या डोहात कान्हा, तुझ्यापुढे झुकलाय.
डोहासह कृष्ण राधे, तुझ्याच आत लपलाय.

11. ती रात्र तशीच होती.

ती रात्र तशीच होती.
.

त्या रात्री ढगांनाही झोप नव्हती,
त्या रात्री विजांनाही झोप नव्हती.
ढगा पल्याडच्या ताऱ्यांना..
आणि शहारणाऱ्या वाऱ्यांनाही झोप नव्हती.
ती रात्र तशीच होती.
ती रात्र मंतरलेली होती.
.

त्या रात्री रातीलाही झोप नव्हती.
त्या रात्री वातीलाही झोप नव्हती.
मिणमिणत्या दिव्यांना..
आणि लुकलुकत्या काजव्यांनाही झोप नव्हती.
ती रात्र तशीच होती.
ती रात्र बहरलेली होती.
.

त्या रात्री झाडांनाही झोप नव्हती.
त्या रात्री पानांनाही झोप नव्हती.
टपोऱ्या गारांना..
आणि बरसणाऱ्या धारांनाही झोप नव्हती.
ती रात्र तशीच होती.
ती रात्र गारठलेली होती.
.

त्या रात्री ओढ्यांनाही झोप नव्हती.

कालिंदीच्या डोहात

त्या रात्री नाल्यांनाही झोप नव्हती.
पन्हाळीवरच्या पाण्याला..
आणि वळचणीच्या गाण्यालाही झोप नव्हती.
ती रात्र तशीच होती.
ती रात्र तहानलेली होती.

.

त्या रात्री खिडक्यांनाही झोप नव्हती.
त्या रात्री पडद्यांनाही झोप नव्हती.
तडतडत्या पत्र्यांना..
आणि खडखडत्या दारांनाही झोप नव्हती.
ती रात्र तशीच होती.
ती रात्र हुडहूडलेली होती.

.

त्या रात्री मातीलाही झोप नव्हती.
त्या रात्री घातीलाही झोप नव्हती.
ओल्याचिंब भिंती..
आणि सुवासिक कांतीलाही झोप नव्हती.
ती रात्र तशीच होती.
ती रात्र अत्तरलेली होती.

.

त्या रात्री उशीलाही झोप नव्हती.
त्या रात्री खुशीलाही झोप नव्हती.
विझलेल्या समईला..
आणि निजलेल्या रजईलाही झोप नव्हती.
ती रात्र तशीच होती.
ती रात्र सजलेली होती.

.

त्या रात्री भावनांनाही झोप नव्हती.
त्या रात्री कामनांनाही झोप नव्हती.

• 18 •

उमेश देवकर

गजऱ्यातल्या हातांना..
आणि नजरेतल्या बातांनाही झोप नव्हती.
ती रात्र तशीच होती.
ती रात्र मोहरलेली होती.

．

त्या रात्री ओढीलाही झोप नव्हती.
त्या रात्री जोडीलाही झोप नव्हती.
विरहातल्या वर्षांना..
आणि हळुवार स्पर्शांनाही झोप नव्हती.
ती रात्र तशीच होती.
ती रात्र आतुरलेली होती.

．

त्या रात्री लाजेलाही झोप नव्हती.
त्या रात्री मौजेलाही झोप नव्हती.
लाडीगोडीला..
आणि गुपचूप खोडीलाही झोप नव्हती.
ती रात्र तशीच होती.
ती रात्र नादावलेली होती.

．

त्या रात्री श्वासांनाही झोप नव्हती.
त्या रात्री उ:श्वासांनाही झोप नव्हती.
उबदार वाफांना..
आणि जुळलेल्या सापांनाही झोप नव्हती.
ती रात्र तशीच होती.
ती रात्र आसुसलेली होती.

．

त्या रात्री मिठींनाही झोप नव्हती.
त्या रात्री कटींनाही झोप नव्हती.
थरथरत्या ओठांना..

कालिंदीच्या डोहात

आणि घडोघडी चुंबनानाही झोप नव्हती.
ती रात्र तशीच होती.
ती रात्र पिसाटलेली होती.

.

त्या रात्री रतीलाही झोप नव्हती.
त्या रात्री गतीलाही झोप नव्हती.
उसळत्या आदनाला..
आणि सळसळत्या मदनालाही झोप नव्हती.
ती रात्र तशीच होती.
ती रात्र शृंगारलेली होती.

.

त्या रात्री तिलाही झोप नव्हती.
त्या रात्री मलाही झोप नव्हती.
प्रीतीच्या नय्येला..
आणि कुरकुरत्या शय्येलाही झोप नव्हती.
ती रात्र तशीच होती.
ती रात्र अंगारलेली होती.

.

त्या रात्री चुरघळण्यालाही झोप नव्हती.
त्या रात्री विरघळण्यालाही झोप नव्हती.
तना-मनाला..
आणि कणा-कणालाही झोप नव्हती.
ती रात्र तशीच होती.
ती रात्र समरसलेली होती.

.

त्या रात्री नक्षत्रांनाही झोप नव्हती.
त्या रात्री सप्तसुरांनाही झोप नव्हती.
मेघदूतातल्या यक्षाला..
आणि नल-दमयंतीच्या पक्षालाही झोप नव्हती.

• 20 •

उमेश देवकर

ती रात्र तशीच होती.
ती रात्र गंधारलेली होती.

ती रात्र तशीच होती.
ती रात्र मिलनाची होती.
ती रात्र प्रणयाची होती.

12. तुझ्यावाचून..

पैलतीरी भास हे.. ऐलतीरी खास हे..
तुझ्यावाचून क्षण सारे, गळ्याभोवती फास हे..

．

रात्रंदिन ध्यास हे.. आठवणींचे आभास हे..
तुझ्यावाचून जगणे.. प्राणांतिक श्वास हे.

．

प्रेम ऋतूंचे मास हे.. गुलाब जलांचे वास हे..
गुलकंदी चवीचे.. काटेरी घास हे..

．

हवेहवेसे त्रास हे... मोहमयी पाश हे...
कालिंदीच्या डोहात सखे, प्रेमवीरांचे नाश हे...

13. बाण

त्या तिथे पलीकडे एक गाव आहे.
अलीकडे तू तर पलीकडे नाव आहे.

नदीच्या काठी प्रीतीचा डाव आहे.
उगीचच वाढलेला प्रेमाचा भाव आहे.

कुठे धूप तर कुठे छाव आहे.
माझ्या काळजावर गुलाबी घाव आहे.

चहूबाजूला पावसाळी रान आहे.
माझ्या मनात प्रीतीचं गान आहे.

पानगळी नंतरचं इवलसं पान आहे.
नव्याने मांडलेलं प्रेमाचं ठाण आहे.

रात्रंदिन पुन्हा तुझच भान आहे.
तुझ्या हातात मात्र अजूनही..
जहरीला बाण आहे.

14. भूकंप

भूकंप...
खूप मोठा भूकंप..
आत.. मनात...
खोल खोल ह्रदयात..
भूकंप... भूकंप...
.
आजच झालाय असं नाही.
रोज होतोय..
रोज.. अगदी रोजच्या रोज
न चुकता... होतोय
भूकंप... भूकंप..
.
जमीन उकललीय..
आणखी उकलतेय.. रोज...
अगदी रोजच्या रोज..
मनाला तडे गेलेत..
ह्रदयाच्या भिंती पडल्यात..
काळीज पिळवटलय..
विरहाच्या मलब्याखाली दबलय..
अंत:करणातून लाव्हा उसळलाय...
भूकंप झालाय..
भूकंप..
.
.

उमेश देवकर

आठवणींचे सडे पडलेत..
दिवास्वप्नांना तडे गेलेत..
इच्छा आकांक्षाचे वाडे पडलेत..
मनोरथांचे मनोरे कोसळलेत
मायेचे खांब खचलेत...
प्रेमाच्या तटबंदी ढासळलेत..
भूकंप झालाय.. भूकंप..

जमीन हललीय...
पाया खचलाय...
छत फाटलय...
काचांचे खच पडलेत..
रक्तांचे सडे पडलेत..
धुळीचे लोट उठलेत..
परत येण्याचे पूल तुटलेत...

आणि मी...
मी काय करतोय..?
मातीच्या ढिगाऱ्यातून...
विस्कटलेल्या पसाऱ्यातून...
पेटत्या निखाऱ्यातून...
तुझ्या पाऊलखुणा शोधतोय.
त्यावरची धूळ साफ करतोय.
प्रेमाची निशाणी जपतोय.
नव्या आशेची कोनशीला रचतोय.
कारण..
तू येशील याची खात्री आहे.
पहाट होईल जरी आज रात्री आहे.

• 25 •

15. बंधन

त्या बकुळीच्या झाडाखाली जाऊन बैस.
त्याला विचार माझ्याबद्दल..
ते तुला सर्व काही सांगेल..
फक्त आणि फक्त तुझ्याबद्दल.

.

त्याला घट्ट मिठी मार..
आणि आपुलकीनं त्याला विचार..
ते सांगेल तुला..
तुझ्या माझ्या जीवनाचं सार.

.

त्याच्याशी प्रेमानं बोल..
मनाची कवाडं खोल.
ते तुला पटवून देईल..
आपल्या नात्याचं मोल.

.

त्याच्याशी हळूच खेळ..
सहज जाईल तुझा वेळ.
खेळता खेळता शिकशील तू..
कसा घालायचा नात्याचं मेळ.

.

निघण्याआधी खाली पडलेली थोडी फुलं वेचून घे.
त्यातला सुगंध आणि सुगंधाचं गुपित शोषून घे.
त्यातलीच चार गर्द फुलं मोजून घे..
माझ्या आसवांचं वजन त्यात जोखून घे.

• 26 •

उमेश देवकर

निघताना बकुळीला एक चुंबन दे.
एक आलिंगन अन मिठीचं आंदण दे.
हृदयाला स्पंदन आणि दुखण्याला थोडं चंदन दे
प्रीतीचं राहू दे, माणुसकीचं तरी गोड बंधन दे.

16. तुझ्या आठवणी

तुझ्या आठवणींना गरुडाचे पंख.
तुझ्या आठवणींना विंचवाचे डंख.
तुझ्या आठवणीत नदीकाठचा कंक.
तुझ्या आठवणीत दारो दारीचा रंक.

.

तुझ्या आठवनीना समुद्राची खार.
तुझ्या आठवणीत अवकाळी गार.
तुझ्या आठवणी सोसाट्याचा मार.
तुझ्या आठवणी काळजावर वार.

.

तुझ्या आठवणी वनव्याची आग.
तुझ्या आठवणी जहरीले नाग.
तुझ्या आठवणी सोनमृगाचा माग.
तुझ्या आठवणी जमदग्नीचा राग.

.

तुझ्या आठवणी त्सुनामीची लाट.
तुझ्या आठवणी तप्त लाव्हयाचा घाट.
तुझ्या आठवणी काटेरी वाट.
तुझ्या आठवणी मरणाशी गाठ.

17. सुफळ संपूर्ण.

नजरेला नजर..
हृदयाला पाझर..
प्रेमाच्या सिनेमाचा
पहिलाच टिझर..

.

पहिल्या होकाराचा
पहिला भास
पहिल्या प्रीतीचा
पहिलाच तास.

.

पहिल्या भेटीचा
पहिलाच आनंद
गुलाबी मखमल..
गुलाबी गुलकंद.

.

पहिली दिठी
पहिला स्पर्श
पहिल्या प्रीतीचा
पहिलाच हर्ष.

.

पहिल्या भेटीचं
पहिलं रिंगण
त्याचं तिचं
पहिलं आलिंगन.

कालिंदीच्या डोहात

पहिल्या प्रेमाचं
पहिलं आंदण
पहिली मिठी
पहिलं चुंबन.

पहिल्या प्रेमाची
न्यारीच बात
नव्या नात्याची
नवी सुरुवात.

पहिल्या प्रेमाचं
पहिलं बंधन.
पहिल्या प्रेमाला
पहिलं वंदन.

पहिलं प्रेम
नकोच अपूर्ण.
पहिलं वहीलं
सुफळ संपूर्ण.

18. स्वत्व

आता मी ही तुझ्यावर रुसलो आहे.
आधी फसलो होतो.
आता मी ही तुला किकलो आहे.
.

प्रत्येक गोष्टीला एक प्रमाण आहे.
प्रेमात तू आणि मी समान आहे.
दिल्लगीलाही एक ईमान आहे.
पण नजरअंदाजगी बेईमान आहे.
.

तुझा होकार माझी शान आहे.
असेल नकार तरीही तुझा मान आहे.
तुझ्या मनाची, तुझ्या मतांची मला जाण आहे.
तरीही विसरू नको, माझं स्वत्व माझा प्राण आहे.

19. जोकर

तुझ्या लक्षात आलंय माझं जगणं..
माझ्याही लक्षात आलंय तुझं वागणं.

·

तुझ्या मागे लागणं ही माझी कमकुवत बाजू झालीय.
आणि माझं नेमकी हीच गोष्ट तुझी जमेची बाजू झालीय.
आधी कोण, नंतर कोण.. इथं हा वाद नाही.
कुरघोडी करण्यात प्रेमाचा स्वाद नाही.

·

या खेळात तुला गमंत येतीय.
मला खेळवण्यात तुला रंगत येतीय.
पण हीच वेळ तुझ्यावर असती तर..
आणि माझ्या जागी तू असती तर...

·

तुझ्या स्वीकाराची अपेक्षा नाही.
पण तुला काही माहीतच नाही,
असं वागणंही अपेक्षित नाही.

·

माझ्याही हातात थोडाफार हा खेळ आहेच की..
तू भ्रमात राहू नको..
नसेन मी पोकर, पण जोकर तरी आहेच की.

20. मी पाहिलंय..

तुझ्या घरा समोरून जाताना मला हजारोंनी पाहिलंय.
तुझ्या मागून फिरतानाही मला अनेकांनी पाहिलंय.
पण माझ्या घरासमोरून तू जाताना तुला कुणी पाहिलंय?
मी पाहिलंय.

तुझ्याकडे बघून हसताना मला अनेकांनी पाहिलंय.
पण माझ्याकडे बघून लाजताना तुला कुणी पाहिलंय?
मी पाहिलंय. मी पाहिलंय.

तू मला नकार देताना आपणाला अनेकांनी पाहिलंय.
पण तुझ्या नकारातल्या होकाराला कुणी पाहिलंय?
मी पाहिलंय. मी पाहिलंय.

तुझ्यासाठी झुरताना मला अनेकांनी पाहिलंय.
पण मीही झुरावं इतकं प्रेम तू माझ्यावर करताना तुला कुणी पाहिलंय?
फक्त आणि फक्त मी पाहिलंय. मी पाहिलंय.

21. दूर क्षितिजावर

दूर क्षितिजावर,
एक आकृती चालताना दिसायला हवी मला..
पाठमोरी नको,
दूरून जवळ येत असायला हवी मला.

दूर जाणारी पायवाट जवळ येताना दिसायला हवी मला..
वाटेवरच्या पावलांची धूळ अंगावर उडायला हवी मला.

रिकाम्या बाकावर माझ्या शेजारी कुणीतरी बसायला हवंय मला..
अर्धवट चित्रात सुबक रंग कुणीतरी भरायला हवंय मला.

माझ्यासाठीही कुणीतरी झुरायला हवंय मला..
थोडं थोडं मरायला आणि थोडं थोडं रडायला हवंय मला.

प्रेमानं हात कुणीतरी हाती धरायला हवय मला..
आयुष्याची पोकळी कुणीतरी भरायला हवय मला.

22. तुला असं नाही वाटत का..

तुला असं नाही वाटत का..
तू मला खूप त्रास दिला आहेस.
तुला असं नाही वाटत का..
अर्धमेल्या जीवाला तू श्वास दिला आहेस.

.

तुला असं नाही वाटत का..
तुझ्या माझ्यात जुंपली आहे.
तुला असं नाही वाटत का..
तुही माझ्यामध्ये गुंतली आहे.

.

तुला असं नाही वाटत का..
तुझ्याही दिलाची चोरी झाली आहे.
मला हळूच चोरून पाहताना
तू ही गोरिमोरी झाली आहेस.

.

तुला असं नाही वाटत का..
या डावाची दोरी जशी तुझ्याकडे आहे.
एक टोक तुझ्याकडे तर..
एक टोक माझ्याकडेही आहे.

23. तडफड

एवढी का तडफड..
एवढी का फडफड..
काही सांगायचं आहे का..
काही बोलायचं आहे का..
कशासाठी ही धडपड....?

.

एवढी का तडफड
एवढी का फडफड
शब्दाविना ओठांची
ओठातल्या स्फोटांची
एवढी का बडबड..?

.

एवढी का तडफड
एवढी का फडफड
चंचल डोक्याची
हृदयाच्या ठोक्यांची
एवढी का धडधड..?

.

एवढी का तडफड
एवढी का फडफड
डोळ्यातल्या पाण्याची
नजरेतल्या गाण्याची
एवढी का गडबड..?

.

उमेश देवकर

एवढी का तडफड
एवढी का फडफड
होकारा आधीच्या नकाराची
स्वीकारा आधीच्या विकाराची.. एवढी का पडझड..?

24. अंतर

अंतर वाढत चाललंय...
माझ्यात अन तुझ्यात..
तुझ्यात अन त्याच्यात..
त्याच्यात अन तीच्यात...
तीच्यात अन माझ्यात...
माझ्यात अन तिच्यात..
तिच्यात अन तुझ्यात..

.

अंतर वाढत चाललंय..
आपल्या दोघांत..
तुम्हा दोघांत..
त्या दोघांत..
आम्हा दोघांत...
आमच्या दोघांत..
तुमच्या दोघांत..

.

अंतर वाढत चाललंय..
तुझ्यात अन तुझ्यात..
तिच्यात अन तीच्यात..
त्याच्यात अन त्याच्यात..
माझ्यात अन माझ्यात..

.

अंतर वाढत चाललंय..
आपल्या सगळ्यांत.. आपल्या आपल्यात..!!

25. डोहामध्ये..

डोहामध्ये झाड आहे.
झाडाभोवती भोवरा आहे.
भोवऱ्यामध्ये डबरा आहे.
डबऱ्यामध्ये आड आहे.
आडामध्ये माड आहे.
माडाभोवती गाळ आहे.
गाळामध्ये नाळ आहे.
नाळे मध्ये ऱ्हाळ आहे.
ऱ्हाळेमध्ये काड आहे.
काडामध्ये ताड आहे.
ताडाभोवती पान आहे.
पानामध्ये रान आहे.
रानामध्ये खाण आहे.
खाणीमध्ये पाणी आहे.
पाण्यामध्ये डोह आहे.
डोहामध्ये झाड आहे.
झाडाभोवती...?

.

तू झाड, तू भोवरा..
तू गाळ कि तू डबरा..
तुझा मोह माझा द्रोह आहे.
तूच झाड, तूच आड,
तूच कालिंदीचा डोह आहे.

मोरपंखी सावल्या

26. मोरपंख

गवतावर अलगद पडलेलं ते मोरपंख...
त्याच्या जवळ जाऊ नको.
त्याला हात ही लावू नको..
त्याला हातात ही घेऊ नको.

.

पडू दे त्याला तिथंच...
वाट पाहत असेल ते सतत.
त्याच्या ओळखीचं कुणी आलं..
कि जाईल ते त्याच्याकडे उडत.

.

अर्धा प्रवास तर त्यानं केलाच आहे..
अर्धा समोरच्यानं करावा एवढंच.
कष्टही वाचतील त्याचे..
अन समाधानही लाभेल तेवढंच.

.

पण प्रवास त्याचा फळेल का?
हवं त्याला ते मिळेल का?
नशीब त्याचं उघडेल का?
मनासारखं त्याच्या घडेल का?

.

नशिबाचं उत्तर नशिबात असतं.
पंखानं अंगावरून झडायचं नसतं.
वाऱ्याच्या नादी लागून उडायचं नसतं.
अन प्रेमात खाली पडायचं नसतं.

27. चैत्र वाळवण

चैत्राच्या उन्हात अक्षरांचं वाळवण घालावं..
एखाद्या जाड मळकट ताडपत्रीवर.
काय असतील नसतील तेवढी अक्षरांची पोती..
मोकळी करावी त्या अंथरूणावर.
या सुगीची तर घालवीच..
पण एखाद्या हौदात, डब्यात.. गेल्या सुगीची राहिली असतील काही अक्षर..
तर तीही बाहेर काढावी.
चांगली पसरून घालावी.

.

शब्द मोडून अक्षरं वेगळी करावी.
अगदी जोडशब्दही मोडावे.
वेगळे करावे.
काना, मात्रा, वेलांट्या, उकार..
सगळं सगळं वेगळं करावं.
एखाद्या लहानश्या घमेल्यात..
टिम्ब, अनुस्वार, अर्धचंद्र आणि रपार..
वेगळे सुकत घालावे.
चांगली चार उन्ह तरी द्यावी.
तापून तापून चांगली कडक खरपूस करावी अक्षरं.
मध्ये मध्ये हात फिरवून पलटून टाकावी.
म्हणजे अर्धकच्ची राहणार नाहीत.

.

चार दिसांनी मग घरात आणावीत.

उमेश देवकर

निवाऱ्याला पसरून ठेवावी.
कोपऱ्यात थापी मारून ठेवू नये.
कुबटतील...
धुमसतील...
वास येईल प्रियेला...
वर्षभर तिलाच तर पाठवायची आहेत..
जोडून जोडून..
कविता करून.
जितकी कडक, खट्ट वाळतील..
तेवढीच तिला टोचतील..
तिला आणि तिच्या मनाला.
सुटला तर सुटेल पाझर मग..
तिच्या रुक्ष हृदयाला.

·

आपण पोती भरून ठेवावी..
आणि वर्षभर तिच्यापुढं रिती करावी.
हुंगुन पाहिलं तर ठीक तिनं..
नाहीतर पुन्हा भरावी..
सरळ उचलावी..
आणि तडक जाऊन टाकून द्यावी...
कालिंदीच्या डोहात.. कायमची..!!

·

घरी यावं...
त्याच तडफेनं..
आणि ती ताडपत्रीही जाळून टाकावी.
तिची तप्त राख अंगाला फासावी.
आणि जाऊन बसावं..
चैत्राच्या उन्हात.
आणि स्वतःचच वाळवण घालावं..

• 45 •

कालिंदीच्या डोहात

चैत्रात..
अर्थात तेव्हा चैत्र असेल तर..
आणि नसेल तर..?

28. राक्षस

त्या तिथे एक राक्षस आहे..
राक्षस कसला तो भक्षक आहे.

तिथे जाऊ नको उगा..
लोक सांगतील तुला.
मी सांगतोय ऐक..
बिनधास्त जा माझ्या रानफुला.

तो तुला ओरडेल..
घाबरवेल...
भीती दाखवेल.
तू भिऊ नको..
त्याला सामोरी जा.

तो तुला तुझ्या येण्याचं कारण विचारेल.
गोड गोड बोलून तुला फसवेल.

जवळ जाताच तो तुला पकडेल.
तुझ्याशी गलिच्छ चाळे करेल.
तुला करकच्च धरेल.
तुझ्यावर जबरदस्तीही करेल.

तू घाबरू नको.
त्याला सामोरी जा.

कालिंदीच्या डोहात

हातातला चाकू उपस आणि
त्याच्या पोटात खुपस.

.

त्याचं पोट फाड..
त्याचा कोतळा बाहेर काढ.
त्याला जोरात लाथ मार..
आणि कर आणखी एक वार.

.

तो तडफडेल.. कोसळेल..
कोपऱ्यात जाऊन पडेल.
जवळ जाऊन पहा..
तो तडफडणारा मी असेल.

.

अंगाला घाम सुटेल.
हातातला सुरा गळून पडेल.
नियतीवरचा विश्वास उडेल.
लोकांचं म्हणणं मनोमन पटेल.

.

आता स्वप्नातून जागी हो.
कपाळावरचा घाम टीप.
हृदयाची धडधड ऐक.
थोडी शांत हो.
माठातलं पाणी पी.
पंख्याचा वेग वाढव.
माझ्या निरागस चेहऱ्याकडे बघ.
त्या नालायक लोकांना एक जबरी शिवी हासड.

.

आणि पुन्हा माझ्या कुशीत शिर.
उबदार मिठीत शिर.

• 48 •

उमेश देवकर

माझ्या छातीवर डोकं ठेव.
हळूच माझं चुंबन घे.
चुंबनांचा वर्षाव कर.
आणि बिनदीक्त झोपी जा.
पुन्हा स्वप्नात जा.
जाताना सुरा घेऊन जायला मात्र विसरू नको.
आणखी एका राक्षसाचा कोतळा काढण्यासाठी.
लोकांनी उभ्या केलेल्या मलाच मारण्यासाठी..!!

29. ओंडका

त्या सर्द रात्री पाऊस थांबलेला..
जळका ओंडका मात्र अजूनही धुमसलेला.
.
प्रीतीच्या नादापायी पडली ठिणगी अंगाला..
स्वमर्जीनेच असा वणवा बघ लागला.
.
प्रीतीचा चंद्र जसा रातोराती मोहरला..
जळण्याचा मोह असा पुरेपूर बहरला.
.
जळण्यात असे गोडी..
प्रेमाची उबदार खोडी..
विश्वाचे बंध तोडी..
मग धुरांचे लोट सोडी.
.
धुरांची प्रीती ढगांशी..
ढगांना आमंत्रण जराशी.
पळतच धावून आले ते..
रात्रीत श्रावण घेऊन आले ते.
.
श्रावणाची ती बरसात..
ती जीवघेणी सुरवात.
विरहाचे वारे सुटले..
ओंडक्याचे नशीब फुटले.
.

उमेश देवकर

प्रीतीचा वारा पेटवी..
विरहाची सर विझवी.
प्रेमाच्या उठती ज्वाळा..
त्यावर विरहाचा श्रावणचाळा.

．

सरींनी मारली बाजी..
ज्वाळांची झाली भाजी.
प्रेमाच्या ज्वालांना गरिबी
विरहाचा धूर नशिबी.

．

नुकतेच झुरणे आले..
विरहात भिजणे आले.
उभ्या धारेत ज्वालांना..
नुसतेच फुरफुरने आले.

．

पाऊस आता थांबला..
तरी पुरता भिजवून गेला.
प्रेमाचा पेटता वणवा..
पुरता विझवून गेला.

．

आता नशिबी धुपणे आले..
धुरासंग जगणे आले.
धड जगणे नाही.. धड मरणे नाही..
हाती धुपाटने आले.

．

हळूहळू जळणे..
हळूहळू मरणे.
ओंडक्याने नशिबी आता..
मागून घेतले धुपणे.

• 51 •

30. पायरी

मी एकटा त्या पायरीवर..
जाणा येणाऱ्यांची उगी लगबग.
नजर माझी अशी भिरभिर..
घार पक्षाची जशी घरघर.

.

देवांचे हे भक्त भिकारी..
वरून भक्त आतून विखारी.
येताजाता पाहती वाकून..
बळेच बघती हळूच हसून.

.

मी त्यांसम नसे विखारी..
ध्यान लावला नसे शिकारी.
वाट पाहून झिजवी पायरी..
प्रार्थनेसम मज तुझी शायरी.

.

मी कुणावर हसत नाही..
देवाम्होरं बसत नाही.
तुझीच मजला फक्त प्रतीक्षा..
तुझ्या भेटीची एकच तितीक्षा.

.

मी भला अन पायरी भली..
तुझे स्तवन अन शायरी बरी.
नको फुकाची दुनियादारी..
मी भक्त खरा अन माझी भक्ती खरी.

31. हिरमुसलेली हरणं

अस्ताला निघालेला सूर्य..
त्याची सोनेरी किरणं.
लांबलचक पडलेल्या झाडांच्या सावल्या..
आणि त्याखाली हिरमुसलेली हरणं.

.

हरणांची दोस्ती सावल्यांशी..
सावल्यांची त्यांच्या पावलांशी.
किरणांनाही आहे थांबायचे...
पण सूर्याचे ठरलेच आहे बुडायचे.

.

सावल्या दडतील भुईच्या कुशीत..
हरणं झुरतील रातीच्या मुशीत.
किरणांनाही होते चमकायचे..
हरणांच्या पाठीवर बसायचे.

.

नाही सूर्य कधी ऐकला..
मांडला डाव उधळला.
प्रीतीचा धुंद खेळ त्याला..
कधीच नाही उमगला.

.

आता रात्रभर झुरणं आहे..
अंधारात उभी हरणं आहेत.
किरणांची तर फरफट आहे..
सावल्यांची उगा होलपट आहे.

• 53 •

कालिंदीच्या डोहात

निष्ठुर सूर्याला फुटेल पान्हा..
पहाटेला तो येईल पुन्हा.
येताना किरणं घेऊन येईल..
विरहाचं मरण संपून जाईल.

पुन्हा किरणं पाठीवर बसतील.
पुन्हा सावल्या प्रेमात पडतील.
हरणांचा ऊर भरून येईल.
प्रेमाचा खेळ सुरू होईल.

• 54 •

32. पावलांचं मोल

तुझी पाऊले छोटी आहेत..
मागे राहू नको.
तुला मी सापडणार नाही..
मध्येच तू थांबू नको.

.

चल माझ्या सोबत..
पकड माझा हात.
जुळव माझ्या पावलांशी पावलं..
मी ही जुळवतो मग तुझ्या स्पंदनाशी स्पंदनं.

.

तुझ्या सोबतचा प्रवास मला हवा आहे..
पण अजूनही तुझ्या डोक्यात धुंआ आहे.
मागं मागं रेंगाळण्यात तुझा डाव आहे..
तुझ्यासाठी उभी अजून एक नाव आहे.

.

भलत्या नावेत बसू नको..
मोहाच्या डोहात फसू नको.
प्रत्येक डोह भीषण् आहे..
पण कालिंदीच्या तीरी किशन आहे.

.

किशनाच्या हृदयात ओल आहे.
तुझ्या पावलांचं मोल आहे.

33. बागी

ते बंद फाटक..
सृष्टीचं त्राटक.
आत मिणमिणता दिवा..
अन एक अघोरी जातक.

.

ते बंद घर..
तिथं आगळीक डर.
विनाकारण तुझा..
तिथं अनामिक वावर.

.

त्या बंद खोलीत..
काटेरी शालीत..
अडकून आहेस..
अघोरी ग्लानीत.

.

ते बंद फाटक तोडून ये.
अनिष्ट त्राटक मोडून ये.
ते बंद घर पाडून ये.
काटेरी शाल फाडून ये.

..

त्या अनामिक भीतीवर एकच उत्तर..
माझ्या मिठीचं सुगंधी अत्तर.
त्या अघोरी ग्लानीतून जागी हो..
कधी नव्हे ते तू बागी हो.

34. पाकळ्या

मी दिलेल्या कळ्या अजून आहेत का तुझ्याकडे..?
त्यांना घेऊन ये ना एकदा माझ्याकडे.
बरेच दिवस झाले आपली गाठ नाही.
फुलाची कळ्यांशी भेट नाही.

तू दिलेलं फुल..
अजून आहे माझ्या बुकात.
अधिकच बहरलं आहे ते..
तुझ्या साऱ्या चुकात.

त्याच्या पाकळ्यांचे रंग आता झालेत गर्द..
अलगदपणे जपलेत मी त्यातले गुलाबी दर्द.
त्यांचा फिक्कट गुलाबी रंग अजूनही आहे माझ्या बोटांवर..
तुझ्याही लालीचे रंग तसेच आहेत माझ्या ओठांवर.

तू बोलत का नाहीस..?
काय झालंय सांगत का नाहीस..?
बहुतेक जपणं तुला जमत नाही.
अन तुझं हेच वागणं मला पटत नाही.

थोड्याफार तरी कळ्या शिल्लक आहेत का..
तुझ्या गुलदस्त्यात..?
तेव्हाच लक्षात आलेलं माझ्या..
जेव्हा काही पाकळ्या पडलेल्या पाहिल्या..

कालिंदीच्या डोहात

मी भर रस्त्यात.

माझं एक ठीक आहे..
मी समजून घेईन.
प्रश्न पडलाय, फुलानं विचारलं तर..
मी काय उत्तर देईन.

तू दिलेलं फुल तुझ्यासाठी फक्त फुल नाही.
तसंच मी दिलेल्या कळ्या..
माझ्यासाठी फक्त कळ्या नाहीत.
तुला कळायला हवं..
कळ्यांची जागा रस्त्यात तर नाहीच..
पण गुलदस्त्यात ही नाही.

35. उष्टी कॉफी

त्या फेसाळत्या कॉफीवर..
माझंच मुळीच लक्ष नाही.
तिचा स्वादही आज माझ्या
जिभेवर रेंगाळत नाही.

.

झाला जरी उशीर तुला..
आज मला फरक पडत नाही.
समोरच्या त्या बाकावर..
तुझ्या सारखाच कुणीतरी उपस्थित नाही.

.

दुरूनही संवाद होतात दोघांत..
हे आज मला कळलं.
तिच्या हसण्यानं, आणि मधूनच बघण्यानं..
अंतरांचं दडपण टळलं.

.

बोलावू तिला इथे..
कि मीच जाऊ तिथे..?
संपवू अंतरं मधली..
अन कपांची करु का बदली..?

.

पुढाकार कुणी घ्यावा..
हा प्रश्न तिलाही पडला असावा.
तुझ्या वेळीच न येण्यानं..
हा प्रपंच घडला असावा.

कालिंदीच्या डोहात

तुला यायला अजून वेळ व्हावी..
तुझी रिक्षा चुकावी किंवा बस सुटावी.
तुझ्या इतकी नाही ती गोड..
तरीही थोड्या वेळासाठी तुझ्याजागी ती यावी.

आज थोडा वेळ करून तू येशील का..?
तिच्याशी थोडं बोलण्याची सवड तू देशील का..?
आज अचानक मध्येच तू येऊ नको..
भरल्या कॉफीत खडा टाकू नको.

अन समजा अचानक आलीस तू..
तिच्यासोबत मला पाहिलस तू..
उगीच, विनाकारण होऊ नको तू कष्टी.
तुझ्या हक्काची आठवनीनं ठेवली आहे मी..
अजूनही.. अर्धी कॉफी उष्टी.

36. सुंभ

सुंभ जळतो पण पिळ नाही जळत..
अजूनही मला तुझा पिंड नाही कळत.

.

रूपाची तिजोरी.. यौवनाची मुजोरी..
गर्वाची हजेरी, अन भलतीच शिरजोरी.

.

प्रेमाला रूपाची गरजच काय..?
यौवनाचा अन जिव्हाळ्याचा संबंधच न्हाय.
गर्वाचं घर तू खाली कर..
प्रेमानं तिजोरी पुरती भर.

.

सांगून तुला किटलोय बाई..
आता माझ्यात संयम नाही.
प्रेमाची माणसं सोडून जातील..
एकांती मडी फाडून खातील.

.

सांगून तुला उपयोग नाही.
तुझ्यात बदल होणार नाही.
एक दिवस तुला नक्कीच कळेल.
सुंभ जळेलं पण पिळ जळेल..?

37. तू कुठे काय करतेस..?

तू कुठे काय करतेस..?
तू काहीच नाही करत..!
．

आग लावतेस..
रॉकेल ओततेस..
भडका करतेस..
अन निघून जातेस.
तू कुठे काय करतेस..?
．

पीठ घेतेस..
नीट मळतेस..
गोळा करतेस..
टोकाला लावतेस..
गळ टाकतेस..
निघून जातेस.
तू कुठे काय करतेस..?
．

भाला घेतेस..
वाला घेतेस..
खाली पाडतेस..
कोतळा काढतेस..
अन निघून जातेस.
तू कुठे काय करतेस..?
．

उमेश देवकर

जरा दिसतेस..
जरा बघतेस..
गोड हसतेस..
थोडं लाजतेस..
कोडं घालतेस..
घोडं लावतेस..
निघून जातेस..
तू कुठे काय करतेस..?

38. एक्सपायरी डेट

नाती कायमस्वरूपी नसावीत..
त्यांना ही हवी एक्सपायरी डेट.
ती फुकट मिळूच नयेत..
त्यांचेही असावेत फिक्स रेट.

.

नाती महागडी असावीत..
त्यांची मिळावी समारंभात भेट.
नाही मिळाली तर..
विकत आणावीत बाजारातून थेट.

.

नात्यांनाही रिचार्ज असावा..
आणि असावं लिमिटेड नेट.
पुरवून पुरवून वापरावं..
आणि रिचार्ज करता करता व्हावं लेट.

.

नाती पण शौक म्हणून पाळावीत..
जसे आपण पाळतो पेट.
जास्त झाली तर खुडून टाकावी..
जसे आपण खुडतो देठ.

.

सारखी सारखी लुडबुड नको..
कधीतरी व्हावी मेट.
हलकं असावं नातं..
नको त्याला जास्त वेट.

.

खरंच अगदी असच असावं एक छोटंसं बेट.
तिथं जायला एक सुंदरसं जेट.
त्याला असावं प्रेमाचं गुलाबी गेट.
नको तिथे अजिबात हेट.. आणि आत असावं ऑल सेट.

39. संहिता

बघ अंधार दाटलाय..
वीज गेलीय.
बाहेर ढगांचा गडगडाट सुरु आहे..
विजांचा कडकडाट सुरु आहे.
अन तू शांत झोपली आहेस.
उठ..
जागी हो.
ढगांचा गडगडाट हो..
विजांचा कडकडाट हो.
सोसाट्याचा वारा हो..
पिसाटलेली रात्र हो..!!

.

अशी शांत राहू नकोस.
गडगडणाऱ्या ढगांवर बसून ये.
कडकडणाऱ्या विजांवर बसून ये.
घोंघावणारा वारा होऊन ये.
माझ्या शय्यागृहात घुस..
अन उधळून टाक बिछाना.
उचलून घे कस्पटाप्रमाणे मला..
अन भिरकावून दे चौफेर.
अग्निवर्षाव कर माझ्यावर...
चौफेर गोळे बरसव.
काळ्याकुट्ट ढगांप्रमाणे जमा होतच जा..
गर्दी कर.. घनदाट बन..

पण थोडं थांब.. लगेच बरसू नकोस.

.

मी तर म्हणतो.. बरसुच नकोस.. लवकर..
फक्त धुमाकूळ घाल..
छिन्न विच्छिन्न कर या देहाला.
कजाग.. राक्षसीन हो..
जाखीन हो..
डाकिन हो..
आणि बस उरावर.
गळा घोट त्या नैतिकतेचा.
मानवतेवर हल्ला कर.
क्रूर बन.. बन हिंस्त्र.
वात्स्यायनाने मांडलेले सारे नियम पायदळी तुडव..
आणि लिह एक नवीन संहिता...
प्रणयाची..
चैत्यनाची.

.

मग बरस.. बरसतच रहा...
थांबू नको.
मी हि थांबवणार नाही.
नंतर शांत हो.. तुला हवं तेव्हा.
कुशीत घे मला..
कुरवाळू दे तुझ्या स्तनाला..
आणि मनाला.
घट्ट मिठी मार..
आणि लिहून घे वचन..
माझ्याकडूनही..
असच बरसण्याचं..
आणखी एक नवी संहिता लिहिण्याचं..!!

40. विधवेचं भूत

कालिंदीच्या तीरावर बघ मेळा भरलाय..
चहूकडे प्रेमाचा ठेला भरलाय.
कुठे प्रीतीचा मोर दडलाय..
कुठे व्यवहाराला जोर चढलाय.

पसंती-नापसंतीच मोल आहेच..
पण हेड्यांचाही रोल आहेच.
कुठे निवडीची आहे मुक्ती..
कुठे विनाकारण सक्ती.

नशीबाचं लेणं त्यांच्या उदरात आहे..
प्रेमाचं देणं ज्यांच्या पदरात आहे.
बाकी सगळीकडे झोल आहे..
खरंच पृथ्वी गोल आहे.

रातीला आता आलाय उत..
चहुबाजूला बघ जुळलंय सुत.
आणि कालिंदीच्या डोहात बसलंय..
एका विधवेचं भूत..!!

41. शाप

ती बोलली मला..
हे पाप आहे.
मी समजावलं तिला..
हे प्रेमाचं माप आहे.

．

आवडलं तिला..
हे प्रेमाचं माप.
तीनेही आधीच ओढला होता..
शृंगाराचा चाप.

．

मग थरकाप..
अंगा अंगाला काप.
तना-मनाला..
हवीहवीशी धाप.

．

रात्रंदिन मग..
तिचाच जाप.
आत्म्यावर.. बातम्यांवर..
तिचाच छाप.

．

गोड हळवी..
तिची थाप.
पण सत्यात ती..
धामण साप.

कालिंदीच्या डोहात

आरशासमोर एकदा..
आली आपोआप.
उघडी पडली..
तिची ढाप.

डोक्याला झाला..
मोठा ताप.
फुकट ओढवून..
घेतलं याप.

ती निघाली..
माझीच बाप.
तिच्यापुढं..
माझी काय टाप.

मी बोललो तिला..
हे पाप आहे.
मग तिनंही समजावलं मला..
हा तुझा शाप आहे.

42. थोडं जगूया कि..

मरायला आयुष्य पडलंय..
थोडं जगूया कि..!
तुझ्या मनात एकदा..
माझ्या मनात एकदा..
वाकून बघूया कि..!!

.

दगदगीत जीवन चाललंय..
थोडं थांबूया कि..!
दुडुदुडु पळत..
लुटुपुटू खेळत..
हौसेनं रांगून बघूया कि..!!

.

नशिबानं रडवून सोडलंय..
थोडं हसूया कि..!
बिनधास्त फिरून..
टपोरी वागून..
बेफिक्र जगून बघूया कि..!!

.

आयुष्य पडझडीत चाललंय..
थोडंसं सावरूया कि..!
थोडंसं बुडून..
थोडंसं उडून..
कालिंदीच्या डोहात पोहुया कि..!!

43. आहिस्ता.. आहिस्ता..

तू जवळ येतेस..
आहिस्ता.. आहिस्ता..!
अंगणात चाफा फुलतोय..
आहिस्ता.. आहिस्ता..!!

.

तुझ्या येण्याची चाहूल..
आहिस्ता.. आहिस्ता..!
बहरतोय माहोल..
आहिस्ता.. आहिस्ता..!!

.

तुझ्या अंगाची महक..
आहिस्ता.. आहिस्ता..!
दिल जाता है बहक..
आहिस्ता.. आहिस्ता..!!

.

तुझ्या स्पर्शांची मोहिनी..
आहिस्ता.. आहिस्ता..!
मनात चांदणी उगवतेय..
आहिस्ता.. आहिस्ता..!!

.

माझ्या ओठांचं चुंबन..
आहिस्ता.. आहिस्ता..!
तुझ्या श्वासाचं गुंजन..
आहिस्ता.. आहिस्ता..!!

उमेश देवकर

.

तुझ्या मिठीचं बंधन..
आहिस्ता.. आहिस्ता..!
माझ्या देहाचं चंदन..
आहिस्ता.. आहिस्ता..!!

.

तुझं-माझं मिलन..
आहिस्ता.. आहिस्ता..!
आत्म्यांचं आलिंगन..
आहिस्ता.. आहिस्ता..!!

44. निद्रिस्त मंदिराचं शिखर..

जिंदगीचं पान..
भविष्याचं गान..
समस्यांचा ताण..
परिस्थितीचं भान..
स्वप्नांची खाण..
अपयशाची घाण..
प्रेमाचं रान..
प्रीतीचं दान..
गुलाबी लोंब्या..
निद्रिस्त मंदिराचं शिखर..
आणि आतला तो ठोंब्या..!

प्रियेचं घर..
कमकुवत धर..
बेगडी वर..
तिरस्काराचा कर..
अस्वीकाराचा डर..
श्रावणी सर..
प्रीतीचे पर..
प्रणयाचा भर..
नकाराच्या ओंब्या..
निद्रिस्त मंदिराचं शिखर..
आणि आतला तो ठोंब्या..!!

उमेश देवकर

आयुष्याचा रस्ता..
हजारो खस्ता..
विखारी जस्ता..
अनामिक गस्ता..
उद्योग नस्ता..
इन्कम सस्ता..
बंदुकी दस्ता..
नको तो रिश्ता..
प्रियेचा बस्ता..
इष्काचा वास्ता..
अघोरी झोंब्या..
झोंब्याच झोंब्या..
निद्रिस्त मंदिराचं शिखर..
आणि आतला तो ठोंब्या..!!!

45. यारा सिली सिली

तुझ्यासाठी झुरणं..
तुझ्यासाठी सरनं..
यारा सिली सिली..
तुझ्यासाठी मरणं.

.

तझ्यामागं फिरणं..
घडोघडी गिरनं..
यारा सिली सिली..
तुझ्यासाठी हरणं.

.

प्रेमाची पाती दोन..
पातीचे साथी दोन..
यारा सिली सिली..
जीवाचं होई सोनं.

.

इष्काचं गीत गाऊ..
गाण्यांची रास लावू..
यारा सिली सिली..
प्रणयात धुंद न्हाऊ.

.

प्रेमाचं गीत गातं..
नजरेची बात त्यातं..
यारा सिली सिली..
दे जन्माची साथं.

46. रात

ती अवसेची रातं..
तिची न्यारीच बातं.
तुझ्यात माझ्यात..
प्रेमाची उभी घातं.

.

ती पुनवेची रातं..
इष्काची गाणी गातं.
चंद्राची चांदणीला..
उभ्या आयुष्याची साथं.

.

ती पहिलीच रातं..
अवसं पुनवेवं मातं.
एकाच रातीमंदी..
उघडे जन्माचं खातं.

.

ती सपनाची रातं..
नव्या भविष्याची वातं.
तुझ्याच मिठीत मी रं..
तुझ्या हातात माझा हातं.

.

ती विरहाची रातं..
जगण्यावं मरणाची मातं.
नको रे दूर राहू..
जन्मोजन्मीचं आपलं नातं.

47. बाहुली

पूर्ण बांधून झालेलं ते गवंडयांचं घर..
नाजूकशा गिलाव्याची भर..
सुंदर दिसण्यासाठी.

.

तू का इंच इंच मुलामा देत आहेस..
सृष्टीला आव्हान देत आहेस..?

.

तिची नजाकत आहे ओबडधोबड..
कशाला हवी त्यात गडबड..
करू नकोस असं.

.

त्या घराचा पाया किती खोल आहे..
बघ जरा.
बघ जरा..
बिनपायाचा मुलामा मातीमोल आहे.
बघ जरा.

.

त्या घरात सावली आहे.
तुझ्या आतही माऊली आहे.
पूर्ण बांधून झालंय त्या गवंड्याचं घर..
तुझं अर्धं बाकी आहे..
म्हणून तू बाहुली आहे.

48. कालिंदी

तू राजस हो..
लोभस हो..
अस्वस्थ हरिणी.. तू निरागस हो.

तू ओवी हो..
ऋचा हो..
श्रुती.. तू हलकी फुलकी..
चारोळी हो.

तू गती हो..
मिती हो..
गगनभेदी सौदामिनी..
तू नक्षत्रांची तीथी हो.

तू वाती हो..
ज्योती हो..
जगन्मती तू.. जीवनसाथी हो.

तू प्रिया हो..
श्रीया हो..
मधूयामिनी तू.. प्रियतमा हो.

तू भगीरथी हो..
वेदगर्भा हो..

कालिंदीच्या डोहात

जीवनसरिते तू..
कालिंदी हो.. कालिंदीनी हो..!!

49. घनन घन..

घनन घन पारवा..
सनन सन गारवा.

.

टपलेले मोर
लपलेले चोर
लांडोरी शिरजोर
कोकिळेला घोर
अनन अन आरवा.. मनन मन मारवा.

.

नदीला पूर
अवजड उर
सागरी असुर
उधळले खुर
खनन खन खारवा.. जनन जन जारवा.

.

अनोळखी यार
ओळखीची नार
ज्वानीचा भार
झाकलेलं दार
चनन चन चारवा.. भनन भन भारवा.

.

प्रीतीचं खुळ
इष्काचा गूळ
सृष्टीचं मूळ

कालिंदीच्या डोहात

रात्रंदिन शूळ

तनन तन तारवा.. कनन कन कारवा.

.

घनन घन पारवा..
सनन सन गारवा..!!

50. सगळंच काल्पनिक..

तो उंच मनोरा..
त्यावरचा तो काळा पक्षी..
तुझ्या स्कर्ट वरची नक्षी..
पाण्यात पडलेल्या त्याच्या सावल्या..
तुझ्या हातातल्या बाहुल्या..
बाहुल्यांचा तू मांडलेला खेळ..
आणि त्या खेळातले लव-कुश..
सगळंच काल्पनिक वाटतं मला.

.

तो शंभर फुटी रस्ता..
रस्त्यानं जाणाऱ्या गाड्या..
दुकानांच्या शोकेसमधील साडया..
साड्यांवर विणलेले हत्ती..
हत्तींच्या पाठीवरच्या त्या अंबाऱ्या..
अंबारीत बसलेली तू..
आणि तुझ्या हातातील अंकुश..
सगळंच काल्पनिक वाटतं मला.

.

तो भव्य राजवाडा..
राजवाड्यातली शय्याकोठी..
तुझ्या अंतर्वस्त्रांच्या गाठी..
अंतर्वस्त्रावरच्या रेशमी लडी..
त्यांआत तुझ्या उरोजांची घडी..
तुझी घट्ट मिठी..

कालिंदीच्या डोहात

तुझ्या मिठीतला मी..
आणि माझा देह निरंकुश..
सगळंच काल्पनिक वाटतं मला..!!

अगदी सगळंच..!!

उर्मिलेच्या बनात

51. मी प्रेमिका

तू पुरुष आहेस.
तू मुक्त आहेस.
कधीतरी मला ती मुक्तता देशील का..?
तूच येतोस माझ्याकडे..
मला ही यायचंय कधीतरी तुझ्याकडे..
मी येईपर्यंत धीर थोडा धरशील का?

मी स्त्री आहे.
बंदिस्त आहे.
माझ्यासाठी कधीतरी बंदिस्त होशील का?
मला झुरायचंय...
मला ही मरायचंय..
मी असं करेपर्यंत तू जरा थांबशील का?

तू प्रेमी आहेस.
मी प्रेमिका आहे.
प्रेमाची परिभाषा मला जरा सांगशील का?
करतो म्हणून..
नाही करता येत.
अंतःकरणातच प्रेम उचंबळू देशील का..?

52. मी मनस्वी

तो शांत आहे.
निरागस आहे.
प्रेमाच्या नादी लागून तो त्याची शीतलता वाटेल का?
चांदणीच्या मागे धावून तो चंद्र कधी पेटेल का..?
.
तो अवखळ आहे.
विशाल आहे.
प्रेमात वेडा होऊन तो तळापर्यंत आटेल का?
छोट्याशा नावेच्या प्रेमात तो समुद्र कधी गोठेल का?
.
तो तप्त आहे.
प्रकाशमान आहे.
प्रणयात धुंद होऊन तो दिनरात झोपेल का?
धरणीच्या प्रेमापायी तो सूर्य कधी कोपेल का?
.
मी कोमल आहे.
मनस्वी आहे.
तुझ्या हातून दोर ह्रदयाचा माझ्या काटेल का?
तुझ्या अति प्रेमाने माझ्या प्रेमाचा पतंग फाटेल का?

अध्याय53

एवढा का तुझा..
माझ्यावर रोष आहे.
असा काय केलाय गुन्हा..
काय माझा दोष आहे..?

·

चहुबाजूंनी आपल्या..
प्रेमाचा जयघोष आहे.
काय माहित तुझ्या मनात
कुठला रेशमी कोष आहे..?

·

मान्य आहे चुकलोय मी..
माझा गुन्हा सदोष आहे.
पण या लपंडावात..
तू तरी कुठे निर्दोष आहे.

·

तनाप्रमाणे मनात ही
त्रिदोष आहे.
दिवसाकाठी ही उदय,
अस्त आणि प्रदोष आहे.

·

प्रत्येक प्रेमकहाणीत
थोडाफार असंतोष आहे.
तुझ्या-माझ्यातच नव्हे..
कालिंदीच्या डोहात ही आक्रोश आहे.

54. ठरलंय ना..

अजूनही कशाला करतेस प्रेम?
आपलं ठरलंय ना..
बोलायचं नाही,
भेटायचं नाही..
मग कशाला करतेस गेम..?

।

अजूनही कशाला करतेस प्रेम?
आपलं ठरलंय ना..
हसायचं नाही.
दिसायचं नाही.
मग कशाला धरतेस नेम..?

।

अजूनही कशाला करतेस प्रेम?
आपलं ठरलंय ना..
टोकायचं नाही.
रोकायचं नाही.
मग कशाला करतेस ब्लेम?

।

अजूनही कशाला करतेस प्रेम?
आपलं ठरलंय ना..
रुसायचं नाही.
पुसायचं नाही.
मग कशाला करतेस क्लेम?

उमेश देवकर

अजूनही कशाला करतेस प्रेम?
मी म्हणलं होतं ना..
कुणी कुणाला जपायचं नाही.
तुला हे झेपायचं नाही.
तुझं ही आहे माझ्यासारखच सेम.

55. तिला वाटतय..

ती पेटती मेणबत्ती..
प्रकाशाचं आगर..
उजेडाचा सागर..
तेलाची घागर..
असं तिला वाटतय..

अंधारी रात..
मेणबत्तीची वात..
प्रत्येकाला साथ..
सगळीकडे तिचीच बात..
असं तिला वाटतय.

त्वेषाने जळतेय..
वेगाने फुलतेय..
अभिमानाने भुलतेय..
गर्वानं डुलतेय..
तिच्यामुळेच सारं काही..
असं तिला वाटतेय.

पण खरं काय..?
ती सरतेय..
मरतेय..
संपतेय...
कशामुळे..?

56. लिफ्ट बंद आहे.

अजूनही लिफ्ट बंद आहे.

मला वरती जायचंय..
टेंथ फ्लोअर.
आधीच उशीर..
त्यात शिशिर.
कामाचा ओढा..
त्यात लिफ्टचा खोडा.
सगळंच कसं संथ आहे..
अजूनही लिफ्ट बंद आहे.

बॉसचा फोन..
याला सांगणार कोण?
शिड्यांचा आधार..
नाही जमणार.
कितीवेळ थांबू..
कुणाला सांगू?
मला वर जायचंय..
टेंथ फ्लोअर.
अजूनही लिफ्ट बंद आहे.

काय आहे वर...
ज्याचा एवढा डर.
कामाचं ऑफिस.. आणि

कालिंदीच्या डोहात

ऑफिसची केबिन.
पोटार्थी कलिग..
सगळे नाबालिग.
मीटिंगचे कोट..
बॉसचे पोट.
असंख्य फाईली..
प्रेशर हाईली.
पेन ड्राईव्हज अन मेल्स..
क्लाइंटस् आणि सेल्स.
एकच मेंदू आणि हात दोन..
तासा तासाला तुझा फोन.
रोज वाटतं..
नकोय सगळं..
आजपासून जगायचं वेगळं.
अजून वर नाही जायचं..
थोडं खाली उतरायचं.
आता जपायचा स्वतःचा छंद आहे.
अजूनही लिफ्ट बंद आहे.

.

हॅलो.. चलो..
लिफ्ट खाली आलीय..
केव्हाची तर चालू झालीय.
माझा टेंथ फ्लोअर.
वर येणारी लिफ्ट बंद पडली तरी..
थोड्या वेळाने चालू होते..
खाली जाणारी.. माझ्या स्वप्नांची लिफ्ट..?
ती अजूनही बंद आहे.

• 94 •

57. योग

योग,
संयोग, योगायोग.

उपयोग, अनुपयोग,
निरुपयोग

प्रयोग,
वियोग, कुयोग.

अपप्रयोग,
आयोग, अभियोग.

भोग, उपभोग,
संभोग.

त्रियोग, राजयोग,
धर्मयोग.

58. थोडं जादा प्रेम कर..

रोजच काय गं..
तूप रोटी अन
अळणी आमटी.
थोडं जादा प्रेम कर..
प्रेमानं भरव ना..
रस्सा वाटी.

.

रोजच काय गं..
प्रेमळ बोलण, अन..
मिठी बात.
थोडं जादा प्रेम कर ..
आज होऊ दे.. नजरेनं घात.

.

रोजच काय गं..
देव देव अन
पूजा पाठी.
थोडं जादा प्रेम कर..
प्रेमाची खेळू आज..
सासनकाठी.

.

रोजच काय गं..
लाडीगोडी अन लटकी चाडी..
थोडं जादा प्रेम कर..
करूया कि आज हटके खोडी.

59. आठवणीतलं जहाज

ते आठवणीतलं जहाज..
अजूनही तसंच उभं आहे... तिथं..
जिथं तू आणि मी...
हातात हात घेऊन बसलेलो असायचो.
रात्रंदिन..
आठवतंय का तुला..?

.

आठवतंय का तुला..
तुझ्या डोळ्यातला तो अश्रू..?
मी टिपला होता..
माझ्या तळहातावर..
अन अलगद सोडून दिला होता..
समोरच्या त्या खोल समुद्रात..
सात खंडांच्या पलीकडे सोडण्यासाठी.

.

माझ्या मिठीतले तुझे उष्ण श्वास..
आठवताहेत का तुला..?
त्यांनीच घात केला.
लाटेनं तिचं काम चोख बजावलं होतं..
त्याला दूर अटलांटिक महासागराच्या पल्याड सोडून.
पण तुझे उष्ण श्वास..
तिथपर्यंत ही पोहचले..
आणि केली त्याची वाफ.

.

कालिंदीच्या डोहात

तुझा अश्रू..
त्याची वाफ..
ढग होऊन पुन्हा बरसतोय माझ्यावर.
एक नवा समुद्र उभा केलाय त्यानं माझ्या पुढ्यात..
आणि अजूनही तसंच उभं आहे.. त्यात..
आपलं..
ते आठवणीतलं जहाज..!!

60. त्या रात्री..

त्या रात्री... आपल्या दोघांत..
जे झालं ते तुझ्याच मर्जीनं..
त्या रात्रीला दोष देऊ नको.
ती बिचारी तर आधीच एकटी आहे..
वैराग्यात..
झुरतेय..
तिलाच माहित नाही तिचा सखा कोण आहे.
तिला तो सापडत ही नाही.
त्याची आणि तिची कधी भेटच नाही.
लोक त्याला 'दिस' म्हणतात.

.

विरहाचं दुःख तिच्याशिवाय कुणाला माहित.
म्हणून आली असेल तिला दया..
माझी.
तिनं ही पाहिल्यात माझ्या विरहाच्या राती.
जागीच असायची ती माझ्या सोबत...
एकटक बघायची..

.

छताकडे बघणारे माझे उदास डोळे..
आणि त्यातल्या तुझ्या प्रतिमा..
तिने तेव्हाच टिपल्या असतील.
बरोबर ओळखलं तिनं तुला..
आणि घातला मेळ..

.

• 99 •

कालिंदीच्या डोहात

तू तिला दोष देऊ नकोस.
ती माझी सखी आहे.
कित्येक रात्री तिनं माझी केलीय सोबत.
तुझ्या शिवाय..
एवढं तरी करणारच कि ती माझ्यासाठी.
होय ना..
धन्यवाद दे तिला..
तू सुद्धा..!!

61. उर्मिलेसारखी तू..

त्या ओतीव कातळातली कातळशिल्पं..
आणि उर्मिले सारखी तू.

.

ती घट्ट चिकटलेली..
निर्जीव...
मुळीच हालचाल करत नाहीत.
काही सांगतही नाहीत...
बोलतही नाहीत.

.

कोरून कोरून काढलेली..
युगानयुगं तशीच..
मुजत ही नाहीत.
पुसत ही नाहीत.

.

तू ही तशीच..
घट्ट चिकटलेली.. काळजाला..
पण निर्जीव.

.

हृदयावर कोरून कोरून उमटलेली तू..
कितीही पुसलीस तर जात नाहीस.

.

त्या चित्रप्रमाणे अगम्य..
तुझ्या मनाचा थांग नाही.
माझीच तू..

कालिंदीच्या डोहात

पण जवळ नाहीस.
दूर उभी.. खूप दूर..
उर्मिले सारखी.
का..?

.

का अश्रू ढाळत आहेस..
का स्वतःला जाळत आहेस..
उर्मिलेसारखी तू..!!

62. चुकलंच माझं..

सुगरणीच्या त्या खोप्यातली काही पिसे..
आणि काही काड्या खाली पडल्यात.
मला त्या तिला उचलून द्यायच्या आहेत.
पण ती घेईल का..?

काय माहित ती घेईल कि नाही..?
तसं घेते का कधी ती मदत कुणाची?
मग माझीच का लुडबुड सुरु आहे फुकाची?

खोपा.. घरटं..
तिचं आहे..
तिच्या मर्जीनेच ती बांधणार.
टाकल्या असतील तिने काड्या खाली..
आणि काही पिसे..
तिला नको असतील म्हणून.
म्हणून मी ती थोडीच उचलून द्यायला हवीत का?
कुणी घरटं बांधायला निघालं म्हणून मी ही बांधू लागतो असं
म्हणावं का..?
घरटं तिचं आहे..
तिने ठरवलं असेलच कि कुणाबरोबर बांधायचं..?
कुणाला घेऊन बांधायचं..?
आणि नसेल ठरवलं..
तर ठरवेलच की.

कालिंदीच्या डोहात

चुकलंच माझं..
आता..
आणि तेव्हाही.
तेव्हा नाही का तू म्हटली होतीस..
खोपा बांधायचा आहे मला..
अन मी म्हटलं..
चल बांधू..!!

63. महक

जाता जाता पुसून टाक...
त्या रस्त्यावरच्या पाट्या..
आणि साईन बोर्डस.

.

पुन्हा येताना रस्ता सापडायला नको.

आणि चौकातल्या त्या वळणावर पोहोचायच्या आधी..
डोळ्यावर पट्टी बांध घट्ट..
दिसू नये म्हणून.

.

आणि पट्टीवरही विश्वास ठेवू नको..
चौकात पोहोचल्यावर..
दोन तीन गिरक्या घे स्वतः भोवतीच..
आणि मग चालायला लाग..
सरळ वाटेने.

.

निघालीच आहेस..
तर दूर निघून जा.. पूर्वेला..
तुझ्या श्वासांची महक माझ्या पर्यंत पोहचायला नको..
पश्चिमेच्या वाऱ्याने.
ती महक माझ्या ओळखीची आहे.
मी पळत येईन नाहीतर.

.

आणि जाता जाता एक काम कर..

कालिंदीच्या डोहात

आठवनीनं.. न विसरता.
त्या मुख्य रस्त्यावरचं...
मॅनहोलचं मोठं झाकण तेवढं..
पायानं लावून जा..
न विसरता..
तुझ्या काळजीपोटी सांगतोय तुला.

.

मला खात्री आहे..
काही दिवसांनी तू नक्की पळत येशील माझ्याकडे...
आणि चुकून पडशील त्या मॅनहोल मध्ये.

.

मला खात्री आहे..
तू नक्की येशील म्हणून.
मान्सून जवळच आला आहे..
काही दिवसांवर..
पश्चिमेचं वारं वाहू लागेल.. आणि
एक महक पोहचेल तुझ्यापर्यंत..
ओळखीची..
माझ्या श्वासांची..
कारण त्यावेळी तू पूर्वेकडे गेलेली असशील.

• 106 •

64. राजा आणि खंजीर

एक राजा तिथे रहातो.
सांजवेळी जागा होतो.
गाव झोपी गेल्यावर..
मग तो गातो.

त्या उंच दगडावर तो बसतो.
एकटाच हसतो.
चांदण्यांशी बोलतो.

त्याच्या अंगावरची ती फाटकी शाल..
त्याचे आत गेलेले गाल..
खूप काही सांगून जातात.
त्याच्या डोळ्यातील ती कागदी फुलं..
अगदी खुडून घ्यावीत इतकी खरी वाटतात.

जीर्ण हाडांच्या काड्या.. वाढलेल्या दाढ्या..
सांगतात.. कि..
तो युगान युगं कुणाची तरी वाट पाहतोय.
कुणालातरी साद घालतोय.

त्याच्या चेहऱ्यावरचे भाव समजत नाहीत.
ते स्थिर आहेत, अगम्य आहेत..
ते वाचता येत नाहीत.
त्याच्या गाण्याची भाषा मला समजत नाही.

कालिंदीच्या डोहात

त्या गूढ भाषेतील गाण्याचे सूर मात्र आसमंतात हाहाकार
माजवतात..
साद घालतात.. दहशत गाजवतात.

काय करतोय तो...
तो गातोय प्रेमगीत.. कि विरहगीत..
करूणागीत कि.. समरगीत..
काहीच कळत नाही.

चंद्र वर येतो..
तो सावध होतो..
तो उठून उभा राहतो..
कमरेचा खंजीर हातात घेतो.

काय करेल त्या खंजीरानं तो..
त्या व्यक्तीला मारेल..
कि घेईल स्वतःच्याच पोटात खुपसून..
मला प्रश्न पडतो.

भीतीनं माझी गाळण उडते.
अंगांची चाळण होते.
हळूच एक खडा मी कालिंदीच्या डोहात टाकतो.
आणि आवाजानं अचानक तो गायब होतो.

मला तो खंजीर त्याच्याकडून घ्यायचाय..
पण विचारू नका..
कशासाठी..?

• 108 •

65. घाव

काळजाचे डोळे करून ठेवलेत मी..
तुझ्या वाटेकडे..
तुझी काही वर्दी नाही, पत्र नाही.
आत्ताच एकजण येऊन गेला घोड्यावरून..
सांगत होता.. मागून येत आहे तू..
घाव घालण्यासाठी.
मी सांगितलं त्याला..
दौडत जा.. आणि सांग तीला..
गेल्या वेळेसारखं करू नको.
बरोबर वर्मावर घाव घाल.

.

आलीस.. ये..
तुझ्या स्वागताला मी रांजनभर मोती ठेवलेत..
तुला आवडतात म्हणून.
तुझ्याच शेजारच्या समुद्रातले आहेत ते.
तुझी वाट पाहताना एक एक करत गोळा केलेत.
कधी तरीच सापडायचे ते..
चार दोन दिवसातून एखादा.
एवढेच जमलेत..
रांजनभर.
तू लवकर आलीस..
नाहीतर अजून जमवले असते.

.

ओजंळभर मोती हातात घे.

कालिंदीच्या डोहात

तुला माहित आहे काय करायचं ते..
माझ्यावर उधळ..
माझेच मोती.
चार क्षण बस माझ्या शेजारी.
माझं डोकं मांडीवर घे.
माझ्या डोळ्यात बघ.
तुला आवडतात ना ते.
माझ्या कपाळाचं चुंबन घे..
आणि माझ्या ओठांचं ही.
मग तुझा आवडता लिप लॉक.

चार दिवस रहा..
माझ्याजवळ.
बेडरुमचे दरवाजे घट्ट बंद करून घे..
नेहमीप्रमाणे..
आतून आणि बाहेरून ही.
जितकं करता येईल.. तितकं प्रेम कर माझ्यावर..
दिवस रात्र.

चौथ्या दिवशी लवकर उठ..
नेहमी प्रमाणे..
मी उठायच्या आधी.
माझ्या मिठीतुन स्वतःला सोडवून घे.
डोक्यावरून हात फिरव माझ्या.
कपाळाचं चुंबन घे..
मग ओठांच.
लिप लॉक नको..
मी झोपलेला असेन.
मला अलगद उचल.. झोपेतच..

• 110 •

उमेश देवकर

या इथं समुद्रावर घेऊन ये.
थंडगार वाळूत हळूच ठेव.
माझ्याकडे बघ..
डोळ्यात साठवून घे.
निघायला तयार हो.
जाताना एक काम कर..
रांजनाच्या तळाशी कुऱ्हाड आहे..
तुझी आवडती.
मोत्यांच्या खाली...घे..
वर्मावर घाव घाल माझ्या..
अचूक.
गेल्या वेळेसारखं करू नको.
नाही बसला तर अजून एक प्रयत्न कर.
आणि निघून जा..
मोती घेऊन..!!

66. दोन झाडं ओळीत होती.

टेकडीच्या पायथ्याला मी पाहिलं तेव्हा..
दोन झाडं ओळीत होती.
काय झालं काय माहित..
दुपारनंतर ती मोळीत होती.

.

मोळी घेऊन जाणारी ती बाई..
बंजाऱ्यांच्या टोळीत होती.
काळीकुट्ट, हसरी आणि शेम्बडी..
दोन पोरं तिच्या झोळीत होती.

.

झोळीतली ती भुकेली पोरं..
त्यांची नजर पोळीत होती.
लेकरांच्या पोटासाठी..
ती आई होळीत होती.

.

होळीची धग..
चोळीत होती.
लेकरांसांठीच झाडं..
ओळीत होती.

67. सांज बनात

सांज बनात, सांज मनात..
पैंजनाचे सूर, काना कानात.

.

सांज बनात, सांज मनात..
हृदयाची तार, पाना पानात.

.

सांज बनात, सांज मनात..
प्रीतीचे पक्षी, बना बनात.

.

सांज बनात, सांज मनात..
सखीची ओढ, क्षणा क्षणात.

.

सांज बनात, सांज मनात..
प्रणयाची चाहूल, तना मनात.

.

सांज बनात, सांज मनात..
इष्काची दिवाळी, ऐन सणांत.

68. ओळखलं नाहीस का..?

हातात बाण..
निष्ठेची आण..
काट्याकुट्याचं रान..
सीतेचं वाण..
अगं रामच आहे तो...
ओळखलं नाहीस का..?

.
.

सर्वत्र मान..
प्रतिष्ठेची खाण..
कमीत ताण..
गरिबीत घाण..
अगं दामच आहे तो..
ओळखलं नाहीस का..?

.
.

देहाचा त्राण..
कष्टाची शान..
सुखाचं ठाण..
समृद्धीचं पान..
अगं घामच आहे तो..
ओळखलं नाहीस का..?

.
.

उमेश देवकर

प्रीतीचं दान..
प्रेमाची जाण..
इष्काचं गाण..
राधेची जान..
अगं शामच आहे तो..
ओळखलं नाहीस का..?

69. प्रीतीचे पक्षी

तो उंच टॉवर..
तिथं मुंग्याचा वावर.
खूप उंच तिसाव्या माळ्यावर..
गर्द हिरव्या पाईन वृक्षाच्या डहाळ्यावर..
कोवळं उन्ह सहज फिरतं..
तिथं एक इवलसं घरटं.
घरट्यामध्ये राहतं कोण..?
प्रीतीचे पक्षी दोन..!

.
.

बंध सारे तुटल्यावर..
नात्यांचे पूल फुटल्यावर..
करती एक आरंभ नवा..
एक शेगडी, एक तवा.
मार्ग नव्हता सहज सोपा..
प्रेमानं बांधती नवा खोपा.
खोप्यामध्ये राहतं कोण...?
प्रीतीचे पक्षी दोन..!

.
.

झोपळ्यागत झुलवत नेती..
प्रीत मधानं फुलवत नेती.
संसाराची नाजूक वेली..
प्रीत फुलानं बहरुन गेली.

उमेश देवकर

प्रितजगीचा धुंद हौसला..
फुलपाखरांचा बुलंद घोसला.
घोसल्या मध्ये बसती कोण..?
प्रीतीचे पक्षी दोन..!!

70. ती उल्का

ती उल्का शोधत फिरतोय..
आत्ताच पडलेली..
ती उल्का शोधत फिरतोय..
स्वप्नात दडलेली.

.

ती उल्का शोधत फिरतोय..
रस्त्यात नडलेली..
ती उल्का शोधत फिरतोय..
जीवनात अडलेली.

.

श्रावणातल्या मधुर रातीत,
उल्का ती मदिरेसम चढलेली..
प्रीतीच्या सागरडोही..
खोल मोत्यासम गडलेली.

.

सुवर्णकोषात जशी ती..
रत्नांनी लडलेली..
राजनंदिनी अप्सरा ती..
आभूषणात मडलेली.

.

नक्षत्रांच्या चांदणं रातीत,
गगनात जडलेली..
प्रीतचांदणी जणू ती..
चंद्रासाठी घडलेली.

.

ती उल्का शोधत फिरतोय..
प्रेमात कुढलेली..
ती उल्का शोधत फिरतोय..
विरहात रडलेली.

.

ती उल्का शोधत फिरतोय..
स्वप्नात दडलेली..
ती उल्का शोधत फिरतोय..
आत्ताच पडलेली...!!

71. त्या पत्त्यावर..

येतात गुलाब आणि प्रेमपत्र..
अजूनही ज्या पत्त्यावर..
त्या पत्त्यावर मी आता रहातच नाही.
प्रेमिकांची जमते महफ़ील..
अजूनही ज्या गुत्त्यावर..
त्या गुत्त्यावर मी आता गातच नाही.

.

आठवणींची जुनीच उधारी..
अजूनही आहे ज्या खात्यावर..
त्या खात्यावर नवी खरेदी करतच नाही.
विश्वासाने दिले हाती जे..
ते बोटच कटले ज्या पात्यावर..
त्या पात्यावर गर्दन मी कधी धरतच नाही.

.

दिलेस वचन तू.. प्राणपणाने..
तुझ्या प्रेमाचे.. ज्या कट्ट्यावर..
त्या कट्ट्यावर आता मला जावतच नाही.
इष्काच्या या चोरबाजारी..
बोली लागली ज्या सट्ट्यावर..
त्या सट्ट्यावर बाजी दिलाची मी लावतच नाही.

72. मिठी तुझी

इंद्रधनुचे घट भरले..
विरहाचे ते दिन सरले..
हृदयांनी बघ तालच धरले..
यौवनापुढे मन हे हरले.

लतिकांच्या त्या नाजूक वेली..
कवेत घेती रुष्ठ साली..
लाजत मुरडत तू आली..
प्रितगंधाची मिठीच घाली.

श्रावनाच्या त्या तुषार लहरी..
मिठीत तुझ्या असंख्य कहरी..
कालिंदीच्या डोहाहून गहरी..
मिठी तुझी गं जालीम जहरी.

73. कालिंदीच्या डोहात आक्रोश आहे.

इष्कात दुनिया मदहोश आहे..
मदहोश नाही.. बेहोष आहे.

.

यौवनाचा आणि प्रणयाचा जोश आहे..
कुठे जोश तर कुठे कुणीतरी खामोश आहे.

.

आयुष्यभर पुरेल इतका कोष आहे..
कुठे प्रेमाविना नियतीवर रोष आहे.

.

प्रेमाविना जन्मलो हाच मुळी दोष आहे..
प्रेमा शिवाय जिंदगी एहसान फरामोश आहे.

.

प्रेम, विरह आणि प्रणयाचा..
चढता उतरता जोश आहे.

.

कोण म्हणतं जगी जयघोष आहे..
कालिंदीच्या डोहात आक्रोश आहे..!!

74. चहा घेऊन येऊ..

तुझ्या मुक्या हुंदक्यांचा आवाज मी ऐकलाय..
तुझं मन आणि आत्मा चांगलाच कि गं शेकलाय.
तुझा अंतरात्मा मी केव्हाच जोखलाय..
म्हणूनच मैत्रीचा हात तुझ्यापुढं फेकलाय.
असं खोटं खोटं नको तू हसू..
डोळ्यातला अश्रू आतच नको पुसू.
अशी शांत नको तू राहू..
चल उठ चहा घेऊन येऊ...!

दुःखाचं ओझं जड असतंय..
डोकं असतंय पण धड नसतय.
फसलेली बेडी खूप कसते..
धसलेली सडी खूप लसते.
जखमेत विष खूप खोल भिनलय..
म्हणूनच हळद अन चंदन मी आणलंय.
कुढत अशी तू नको राहू...
चल उठ चहा घेऊन येऊ..!!

नवी सुरवात तर करावीच लागेल..
उघडी जखम भरावीच लागेल.
विसरून जा तो विखारी घाव..
पुढं चालत राहणं हेच जीवनाचं नाव.

कालिंदीच्या डोहात

संचिताचा हौद जागोजागी सांडलाय..
त्यातूनही नवा डाव तुझ्यासाठी मांडलाय.
अशी शंकेनं तू माझ्याकडे नको पाहू..
चल उठ चहा घेऊन येऊ..!!

75. फुलांचं शहर

वाटतं की फुलांचं एक शहर असावं..
त्यात आपलं एक घर असावं.
तुझ्या हातानं घडलेलं..
सुख समृद्धीनं भरलेलं.

.

असावा त्यात एक नजारा..
तुझ्या माझ्या प्रेमाचा पिसारा.
पायऱ्यांवर तू बसलेली..
सदा सर्वदा हसलेली.

.

फुलपाखरांचे थवे उडावेत..
गुलाब आणि मोगरा, तू अलगद खुडावेत.
अबोलीची असावी एक वेली..
प्रेमाची चॉकलेट्स अन प्रीतीची जेली.

.

सोनेरी हरणांची दुडदुड असावी..
खारुताई आणि मनीमाऊची लुडबुड असावी.
ढगांनी सावली धरावी.. हळुवार पडाव्या गारा..
मध्ये मध्ये पावसाची सर आणि हळुवार वाहवा वारा.

.

गुलाबी आणि व्हायलेट भिंती..
तुझ्या हाताने रंगवलेल्या..
बेडरूमच्या त्या राती,
तुझ्या बातांनी सजवलेल्या.

कालिंदीच्या डोहात

शृंगारलेली तू आणि
तुझी लोभस दिठी..
तुझाच मी आणि
माझी प्रेमळ मिठी.

रोज रोज हे स्वप्न पडावं..
तुझ्या माझ्यात हे खरोखर घडावं.
खरोखरच स्वप्नांचं एक शहर असावं...
त्याच्या मधोमध तुझं माझं घर असावं.

फिक्कट गुलाबी

76. गोची

खूपदा यमक जुळवण्याच्या नादात
मनातल्या अस्सल भावना
मांडताच येत नाहीत कागदावर..
हि नेहमीचीच गोची आहे..
कवींची नव्हे.. प्रेमिकांची..!!

.

शब्दांना घालावी लागते गवसणी..
आणि एक हलकीशी वेसण.
शब्द जुळतात पण भावनांची होते मोडतोड
आणि हेच असतं मोठं शासन.

.

शोधून शोधून काढावे लागतात शब्द..
कितीतरी करून यत्न.
आणि त्यात चपखल बसवावी लागतात..
भावनांची अनमोल रत्नं.

.

कवींना हे अगदी सहज जमतं..
प्रेमिकांच मन विचार करून दमतं.
वाटतं भावनांची मुक्त उधळण व्हावी..
आणि त्यांची आपोआप कविता व्हावी.

.

हे असं कधीतरी व्हावं..
आणि नसेल होणार असं..
तर मग फक्त कवींनाच प्रेम व्हावं.

77. अबोल पणाचा प्रवास

अबोल पणाचा प्रवास खूप बोलका असतो.
आसवांचा आणि दबलेल्या हुंदक्यांचा..
तो घोळका असतो.

घुसमटणाऱ्या वाटेवरील
कडेलोट करणारा सुळका अन्
एकटेपणा आणि श्यून्यतेनं
घातलेला विळखा असतो.

खरच..
अबोल पणाचा प्रवास..
खूप जास्त बोलका
पण तरीही..
मुका अन पोरका असतो.

78. धूळ

रस्त्यावरून जाताना...
तुला तुझ्या घरात..
सोफ्यावर बसलेलं पाहिलं मी.

.

मला पाहिलस..
तुला दिसले मी..
मग मला कसा दिसला नाहीस तू..?

.

तुझ्या खिडक्यांच्या काचेवर धूळ खूप आहे...
थोडी साफ करून घे..
जमलं तर.

.

काहीतरीच..
मी कालच पुसल्या होत्या खिडक्या..
आणि त्यांच्या काचा..

.

मी घराच्या खिडक्यांबद्दल बोलतच नाहीये.

79. तो चंद्र

तुला हवाय का तो चंद्र..?
.
काही तरीच...
तो कसा आणून देशील..?
.
तो माझा प्रश्न आहे..
बघेन ना मी.. कसा आणायचा ते.
.
तरी ही..
शक्य तरी आहे का ते..?
.
नाही शक्य, माहित आहे मला..
.
पण तू "हो" म्हणायचं ना..
"हो हवाय.." एवढंच..!!

80. परवड

एकदा देवाचा आणि माझा झाला वाद..
शिव्या देऊन मी केलं त्याचं डोकं बाद.
देवाला खूप राग आला..
मला शिक्षा देण्याचा त्यानं प्लॅन केला.
पण उपयोग काही झाला नाही..
त्याला तसं करता आलं नाही.
कारण तोवर मी घेतला पृथ्वीवर जन्म..
अन देवाच्या आड आला त्याचा धर्म.
मग देवानं मला त्रास देण्यासाठी काही माणसं पाठवली..
पण काय उपयोग, मी ती अलगद कटवली.
वर्षनुवर्ष तो हेच करत राहिला..
माणसावर माणसं पाठवत राहिला.
सगळे गेले थकून..
आले तसे गेले परतून.
मग देवाचा राग अनावर झाला..
थोडासा तो भानावर आला.
चिडून त्याने ब्रह्मस्त्र काढलं...
आणि तुला हळूच पृथ्वीवर सोडलं.
ब्रह्मस्त्रानं फोडला घाम..
माझी अवस्था त्राही माम.
पुढची गोष्ट तर तुला माहीतच आहे..
माझी झालेली परवड तर तुला माहीतच आहे.

81. तुझ्या सोबत असताना..

तुझ्या सोबत असताना मी थोडा सावधच असतो.
थोडा लांब राहतो आणि
आणि थोडं अंतर ठेवूनच वागतो.
.
कारण तुझ्या हातातून निसटलेल्या..
त्या पंख तुटल्या फुलपाखरानं..
मला बरच काही सांगितलंय.
.
तू मिठीत असतानाही..
मी थोडी सावधगिरी बाळगतो.
माझे ओठ तुझ्या माथ्यावर ठेवतो.
पण माझ्या ओठांना तुझ्या ओठांपासून थोडं दूर ठेवतो.
.
कारण तू चुंबलेल्या..
त्या तडफडणाऱ्या रानपाखरानं..
मला बरंच काही सांगितलंय.

82. सर्व काही तुलाच..

स्वाती नक्षत्रात पडणाऱ्या पावसाच्या टपोऱ्या थेंबातून..
शिंपल्यात जे मोती तयार होतील ना..

ते सर्व तुलाच..!

आषाढात मृगसरींच्या आधी,
अवसेच्या राती...
पानापानांवर जे काजवे चमकतील ना..

ते सर्व तुलाच...!!

नोव्हेंबरात गुलाबी थंडीत..
चांदण्या रातीत.. ज्या उल्का पडतील ना...

त्या सर्व तुलाच..!!
फक्त आणि फक्त तुलाच..!!

83. वसंत बहरलाच नाही.

ग्रीष्माचे सरले वारे...
कोकीळ ही परतले सारे..
उन्हाचे चढती पारे..
तरीही ऋतू सजलाच नाही.
यंदा वसंत बहरलाच नाही.

.

मौसमी बघ वाहती वारे..
वाट बघूनी थकले तारे..
रुसलेत हे प्रियतम सारे..
तरीही तो काही स्फुरलाच नाही.
यंदा वसंत बहरलाच नाही.

.

तू का नाही आलीस ?
प्रितपैठणी नाही ल्यालीस?
प्रेमपियाला नाही प्यालीस?
म्हणूनच ऋतू रुजलाच नाही.
यंदा वसंत बहरलाच नाही.

.

तुझ्या न येण्याने हे घडले..
पंचमीवर विरजण पडले..
प्रेमीजन बघ कसे रडले..
ऋतूंवरही भरोसा उरलाच नाही.
यंदा वसंत बहरलाच नाही.

84. ती कोण आहे..?

पळताना तिच्या पायात काटा रुतला आहे..
अरे ती कोण आहे..?

.

अरे ती कोण आहे..?
त्या शुष्क पाणवठ्यावर..
तापल्या कातळावर विवस्त्र झोपली आहे.

.

आणि हरणांच्या त्या कळपामागे..
कस्तुरी शोधत फिरतेय..
ती कोण आहे?

.

ती एकच आहे का..?
का तिचीच रूपं आहेत..?
कि माझे भास आहेत..?

.

वैशाख वणव्यात..
रुक्ष पायवाटेनं..
जखमी अनवाणी पायाने चालताना..

.

समोरच्या..
त्या चौपदरी डांबरी रस्त्यावरच्या..
त्या उन्हांच्या झळात..

.

.

कालिंदीच्या डोहात

ती कस्तुरी हरणं..
आणि त्या तिघी..
मला का दिसताहेत..?
कशासाठी..?

कालिंदीच्या डोहात मला डुंबायचय..
मनसोक्त..
लवकरच..!!

85. विषकन्या..

त्या विषकन्येचं माझ्यावर प्रेम आहे अतोनात...
माझ्याशिवाय नाही जगू शकत ती.
तिच्या नसानसांत भिनलोय मीच..
विष बनून.

.

तिच्या फुत्कारण्यात एक वेगळीच नशा आहे.
लपलपलेली तिची जीभ.. मला आकर्षित करते सदैव.
आणि तिच्या डोळ्यातला तो जीवघेणा अंगार..
शहारे आणतो माझ्या अंगावर..
शृंगाराचे.
प्रणयाला उद्दीपित करते मला तिची सळसळ.

.

तिच्या ओठांचं चुंबन घ्यायचा मोह मला आवरता आवरत नाही.
आणि तरीही मी अजून एकदाही चुंबले नाही तिच्या ओठांना..
मृत्यूची घाई नाही झालेली बहुतेक अजून.
पण मला घ्यायचय.. तिचं चुंबन...
एकदा नव्हे हजारदा.
तिच्या विषाची नजाकत चाखायची आहे मला.

.

तिचा फास अंगाभोवती आणखी घट्ट होतोय..
विषकन्ये...
मध्येच सोडून तर जाणार नाहीस ना..
त्या तिघींसारखी...!!

86. मुक्तता

विषकन्येच्या ओठांचं चुंबन घेऊन..
शांतपणे जावं मरून..
मुक्त व्हावं जीवनाच्या साऱ्या समस्येतून.

.

त्या समस्या, ते रितेपण..
मनाची आणि देहाची काहेली...
ते हरवलेपण.
ते अदृश्य टोचरे बंध आणि
अनामिक भीती.

.

तिच्या विषात या सर्वांपेक्षा..
कितीतरी सौम्यता असेल..
मला खात्री आहे.

.

तू देशील ते पवित्र चुंबन..?
घेशील ना मिठीत..?
करशील ना मुक्त..?

87. दिपस्तंभावरून..

त्या दिपस्तंभाच्या समोरच्या वाळूत..
मी खूप आरसे उभे करून ठेवलेत..
समुद्राकडे तोंड करून.
आलीच जलपरी तर स्वतःचीच असंख्य रूपं..
त्या आरशात बघून मोहून जाईल.
आणि कौतुक वाटेल तिला माझ्या या कृतीचं.

•

तिला आवडेल माझी ही प्रेम व्यक्त करण्याची पद्धत.
ती शोधेल मला चौफेर..
आरशाच्या मागेही बघेल मी लपलोय का..?

•

आणि मी मस्त या दिपस्तंभावरून..
तिची गम्मत बघेन..!!

•

ज्यावेळी नाही सापडणार मी तिला..
आणि तिची माघारी निघायची वेळ येईल..
त्यावेळी माझ्या प्रेमाचं उत्तर म्हणून..
ती त्यातल्याच एका मोठ्या आरशावर..
तिच्या नाजूक ओठांचे ठसे उमटवेल.
मला खात्री आहे ती नक्की असं करेल.

•

कालिंदीच्या डोहात

．

तरीही मी तिच्या समोर येणार नाही.
नंतर तो आरसा मी घरी घेऊन जाईन.
मी रोज असच करेन..

．
．

एकेदिवशी मी तिलाच घरी घेऊन येईन..
समुद्रासकट..!!

88. पायरीवर

तू का बसली आहेस तिथे..
त्या मंदिराच्या पायरीवर..
एकटीच.?
तुझ्या पुजेच्या ताटातली आरती अजून तेवत आहे.
जणू काही पाहत आहे तुझ्याकडे कौतुकाने.

तुझ्या अंगावरची ती लाल रंगाची वस्त्र आसमंताला झळाळी देत
आहेत.
ती जागा तुझ्या बसण्याची नाहीये.
देवदर्शनासाठी येणाऱ्या जाणाऱ्यांची वाट आहे ती.
त्यांची अडली नडली दुःख, स्वप्नं सांगायला ते येतीलच एवढ्यात.
तू त्यांच्या आयुष्याच्या वाटेतील खोडा होऊ नकोस.
अडथळा होऊ नकोस.
ते विसरतील कुठे जायचं ते..
ते कशासाठी आलेत ते..
आणि तुझीच पूजा सुरु करतीलं.

नुकतीच स्वर्गातून उतरलेल्या देवतेपेक्षा तू काही कमी दिसत
नाहीयेस.
आणि समोरच्या निरंजनातून तुझ्या चेहऱ्यावर पडणारे पिवळसर
किरण..
तुला दिव्यत्वाची झाक देत आहेत.
चल उठ..
मला ही मंदिरात जायचं आहे..!!

89. पत्रास कारण कि..

पत्रास कारण कि..
तुझी माझी भेटच नाही.
.
मघाशी ज्यावेळी गेलीस तू..
माझ्यापासून..
त्यावेळीच म्हटलं आज लिहायचंच..
एक पत्र तुला.. शांत बसून.
.
कित्येक महिने झाले..
तू रोज येतेस..
कुशीत शिरतेस..
माझ्या मिठीत विसावतेस..
पण आपली भेटच नाही.
.
माझ्या नजरेत बघतेस..
केसांतून हात फिरवतेस..
ओठांचं चुंबन घेतेस..
विरघळून जातेस..
तरी आपली भेटच नाही.
.
म्हणून पत्र लिहायला घेतलय..
मनांचं सूत्र जुळवायला घेतलंय.
तुला थोडं विचित्र वाटेल..
पण वाचलं कि सगळं सचित्र पटेल.

90. तू रात्र हो..

तुझ्या सावळ्या रंगाची मोहिनी..
माझ्यावर एवढी का पडावी?
तू अचानक समोर आल्यावर
माझी लिहिती कविता का अडावी?

.

तू..
चंदेरी साडीतली तू..
चंदेरी साडीतली सावळी तू..
पौर्णिमेच्या रात्रीची..
माडाची झावळी तू.

.

पावसाळी ढगांच्या..
काळसर निळ्या छटांच्या पार्श्वभूमीवर..
हळुवार पाऊलं टाकत येणारी तू.
रंगानाही लाज वाटावी..
त्यांनाही मोह सुटावा..
इतकी नजाकती सावळ्या धुक्यातली तू.

.

चंदेरी साडीच का?
चतुर्थीच्या चांदणीला अमावास्येची गोडीच का?

.

तू उजेडात जाऊ नको.
तू पावसात भिजू नको.
थांब फक्त घट्ट काळ्या अंधारात..

कालिंदीच्या डोहात

वाढू दे तुझी गडदता रात्रीच्या गंधारात.

मला घे तू तुझ्या सावळ्या मिठीत..
सदैव ठेव मला तुझ्या सावळ्या दिठीत.
रात्र होईल तशी आणखी गडद हो.
पहाटे, सकाळी, दुपारी, सायंकाळी आणि रात्रीही..
तू रात्र हो.. रात्र हो.. रात्र हो.

91. प्रश्न नको ना..

प्रश्न नको ना.. तू गेल्यावर..
प्रश्न नकोत ना.. तू आल्यावर.

मिठीत ही प्रश्न नकोत..
नकोत ते ओठांतही.
मनातही नकोत ते प्रश्न..
नकोत ते पोटातही.

प्रश्नांसह नकोच तू..
तुझ्यासह नकोच ते.
मिठीत माझ्या तू..
फक्त उत्तरं घे.

उबदार या मिठीत..
फक्त तू आणि तू.
आश्वस्त या दिठीत..
फक्त तू आणि तू..!!

92. नवा मेघदूत

ढग दाटून आल्यापासून तुझं लक्ष नाही यक्षा..
.
तुझी चलबिचल झालीय..
येतंय माझ्या लक्षात तुझं वागणं..
तुला तुझ्या प्रियेची आठवण आलीय.
.
आणि आता एक नवा मेघदूत जन्मण्याची चाहूल लागलीय.
.
तुझी दोस्ती ढगांशी..
ते ही तुझ्या मर्जीतले.
माझं काय.. यक्षा..?
ढग माझं ऐकत नाहीत.
बोलणं तर सोड बघतही नाहीत.
माझी प्रिया एकीकडे..
आणि ते वाहतात दुसरीकडेच.
.
माझं एक काम करशील..
तुझ्या ढगांना सांगशील..
माझाही संदेश पोहोचवायला...?
त्यांना कुठे लांब नाही जायचं..
इथेच तर आहे माझी प्रिया..
हाकेच्या अंतरावर..
अगदी हाकेच्या अंतरावर..
अजून चार ढग सोडून पलीकडे.

93. मोरपीस

ऊन सावलीच्या खेळात मी तुझ्यासाठी काय मागू?
जीवनभराच्या या प्रवासात मी तुझ्यासाठी काय मागू?

मागू का सोनेरी कोवळं ऊन?
का तप्त उन्हात मागू सावल्यांची झूल?

उगवतीच्या किरणांतला मागू प्राजक्ताचा सडा..
कि मागू समुद्रशिंपल्यांतल्या मोत्यांचा भरला घडा?

तू सांग मला..

तू सांग मला..
तुला काय हवंय..?
हवय का ते मोरपीस..?

तेच ते..
मोरपीस..
तुझं आवडतं..!!

94. आंदण

जलपरीचा एक दात सोन्याचा आहे..
कोपऱ्यातला.. तोच तो सुळा दात.
हसताना किती छान दिसते ना..
ती आणि तिचा तो सोन्याचा दात.

तिने अर्धवट खाल्लेल्या सफरचंदावर..
तो सोनेरी वरखडा उठला आहे ना..

आणि माझ्या ओठांवरही जो लालसर सोनेरी ठिपका पडला आहे ना..

माझा काही दोष नाही त्यात.
मी रोज यावं इथं...
तिच्याजवळ..
तिच्यासाठी..
म्हणून आंदण दिला आहे..
तिने मला..
तो सोनेरी ठिपका..!!

95. तिखटगोड

तो चंद्र डोक्यावर आला..
आणि त्याचं प्रतिबिंब पडलं कालिंदीच्या डोहात..
कि मग तू ये..
कालिंदीच्या किनारी.

मीही तिथंच असेन..
पण तुला दिसणार नाही.
तू साद घाल.. घालतच राहा..
मी तरीही येणार नाही.

मध्यरात्र उलटून जाईल..
चंद्र अस्ताकडे जाईल.
तू साद घालून थकलेली असशील..
तरीही मी येणार नाही.

तू चिडशील..
वैतागशील.
रागानं लाल होशील..
माघारी जायला निघशील.
मनात असूनही मग साद घालणार नाहीस.
तेव्हा मी येईन.

थकलेल्या तुला रिजवायला.
तुझ्या गालावरची रागाची लाली टिपायला.

कालिंदीच्या डोहात

तुला मिठीत घ्यायला.

रागानं तडफडलेली माझ्या मिठीतली तू.
विरहानं माझ्या मिठीत फडफडलेली तू.
काय सांगू तुला..
यापेक्षा तिखटगोड काहीच नाही.
अशी प्रणयाची जोड कुठेच नाही.

96. अंगरखा

मखमलीचा अंगरखा आणलाय तिनं माझ्यासाठी..
आणि छोटीशी बुट्टीदार नक्षी आहे त्यावर..
हृदयाच्या जागी.

.

न विसरता आणलास..
किती छान झालं.
वाढदिवस असो, प्रेमाचा दिवस,
अथवा आपल्या पहिल्या भेटीचा दिवस..
कधी कधी नाही तू विसरत.

.

भेटवस्तूंचा आता ढीग लागलाय..
पण त्यात तू कुठे कशी नाही दिसत.
आठवणीने आणि प्रेमाने तू सारं काही देऊनही..
मला आपलेपण नाही जाणवत.

.

औपचारिकताच दिसते जास्त..
तुझं प्रेम भासत नाही.
आतलं अस्तरच जाणवतं मला..
मखमली अंगरखा स्पर्श करतच नाही.

.

कालिंदीच्या डोहात

नक्षी बद्दल तर काय बोलू..
तिचं मोल कसं तोलू..?
तू तुझ्या हातानं विणलीस..
माझ्या मनीची प्रीत जाणलीस.
पण नक्षीतला मोर काही बोलतच नाही.
हृदयाचं दार काही खोलतच नाही.

97. आठवण

त्या उंच गच्चीत बसून मी रात्र पाहत राहतो..
आणि मला तुझी आठवण येते.

.

दूरवर पसरलेलं ते शहर..
आणि त्यातले चमचमते रस्ते.
रात्रभर संथगतीने पुढे सरकत राहतात.
एकाच पटावर एकच सिन चालू असल्याचा भास होतो.
काहीच बदलत नाही..
आणि मला तुझी आठवण येते.

.

रात्रभर हे शहर सुरूच राहतं.
झोपतच नाही.
मधूनच कुठेतरी आकाशात शोभेची दारू..
आपली अदाकारी पेश करते.
मग आणखी थोडा वेळ तेच होत राहतं..
त्याचे उशिरानं येणारे आवाज फक्त..
कानात घुमत राहतात.
काहीच बदल नाही.
मग मला तुझी आठवण येते.

.

रात्र आणखी वाढत जाते.
चंद्र आता वितळू लागतो.
त्याचा एखादा थेंब मध्येच कधीतरी..
नजर चुकवून पडत राहतो.

कालिंदीच्या डोहात

मी आपल्या एकत्र येण्यासाठी मनोमन प्रार्थना करतो.
तशी पद्धत आहे म्हणून.
बराच वेळ हेच चालत राहतं..
काहीच बदल होत नाही.
मग तुझी आलेली आठवण काही केल्या जातच नाही.

98. उल्का आणि धूमकेतू

असा एकही दिवस नसेल..
कि जेव्हा एकही उल्का पडली नसेल.
असा एकही दिवस नसेल..
जेव्हा एकही प्रेयसी रडली नसेल.

.

उल्का पडतात.. रोजच..
मग याचा अर्थ प्रेयस्या रडतात..
रोजच.
मग प्रियकरांचं काय...?
ते रडतात का..?

.

का फिरत राहतात अशनी सारखे...
विरहाच्या पोकळीत..
रोजच..!

.

ते ही पडत असतील धुमकेतुसारखे...
कधीतरीच..
युगातून एखादवेळी.
साठवून ठेवत असतील..
स्वतःतील अंगार.. तसाच आयुष्यभर..
आणि शेपटाला त्याचाच पिसारा करून फिरत असतील.

.

आणि खूप वर्षांतून कधीतरी दर्शन देत असतील..
लाजून.. मनात नसताना..

कालिंदीच्या डोहात

जेव्हा हुंदक्यांचा जोर वाढत असेल..
आणि त्यांना दाबून ठेवणं शक्य होत नसेल..
तेव्हा.

तेव्हा नाईलाजानं होत असेल.. दर्शन त्यांचं..
त्यांचं दिसणं.. त्यांचं रडणं..
कळायला हवं..
आणि नेमकं तेव्हाच उल्कांनी गळायला हवं..!!

99. वितळलेला चंद्र

चंद्राला वितळताना पाहून मला कसंतरीच झालं..
एवढं कसलं दुःख झालं असेल त्याला?

.

काय बिनसलं असेल त्याचं..
का पाहिलं असेल त्यानं एखाद्याचं दुःख..?
तसंच झालं असेल..
हळवा आहे तो.

.

कुणीतरी जिवाभावाचं असेल त्याच्या..
रोज त्याच्याशी बोलणारं..
मनातलं सारं सांगणारं.

.

पण माझ्याशिवाय दुसरं कोण आहे त्याचं जवळचं..?
त्याच्याशी बोलणारं..
त्याला सारं सांगणार..
कुणीच नाही.. मग..?

.

पण मी ही काही बोललो नाही त्याला.
मी तर तोंडावर पांघरून घेऊन मुसमुसत होतो..
काल रात्री.
चुकून झोपेत..
तोंडावरचं पांघरून निघालं तर नसेल ना..?

100. असं झालं तर..

तो उठून गेल्यावर तशीच पडून राहिलेली ती.
हजारो विचारांनी भरलेली..
स्वतः पुढेच हरलेली...
आपल्याच नजरेत पडलेली.

.

रात्रीची सुरुवात सुरेख होती..
हवीहवीशी...
जशी जीवनाची.
अन् ही पहाट दुभंगलेली..
नकोशी..
वर्तमानातली.

.

प्रश्न इथं पाप पुण्याचा नाहीये.
प्रश्न इथं योग्य अयोग्य, चांगल्या-वाईटाचा नाहीये.
आहे आत्मसन्मानाचा.

.

ती त्याचीच आहे.
तो हि तिचाच आहे.
ते एकमेकांचे आहेत.
संपूर्ण रात्री..
तो आल्यापासून जाईपर्यंत.
ती मिठीत झोपल्यापासून..
त्याला जाग येईपर्यंत.

.

उमेश देवकर

तिथून पुढे डाव बदलतो..
तो उठतो आणि निघून जातो.
आणि मनातला डोह उसळतो..
गढूळ होतो.

.

समजा..
एखादया दिवशी असं झालं तर..
ती उठली आणि निघून गेली तर..?
काय होईल...?

कालिंदीच्या डोहात

101. राधेसह..

कागदांच्या होड्या करून..
मी सोडल्या तिथे कालिंदीच्या डोहात.
जिथे कृष्ण पडला होता..
राधेच्या मोहात.

.

आता हवी होती राधा...
बसली असती त्या नावेत.
तू ही तुझे हात.. माझ्या हातात..
अगदी तसेच द्यावेत.

.

कागदाची अथवा खरी..
प्रश्न नावेचा नाही.
डोह खोल असु दे वा उथळ..
प्रश्न ठावेचा नाही.

.

बुडायचच आहे आपणाला..
तिथे एकमेकांच्या मोहात.
जिथे कृष्ण डुंबला होता..
राधेसह कालिंदीच्या डोहात..!!

उमेश देवकर

Umesh Deokar
Film Maker
(Producer & Director)

प्रकाशित साहित्य

.

.

बियॉन्ड सिनेमा बिहाइन्ड सिनेमा (2014)
द टीव्ही गर्ल (कादंबरी) (2021)
कालिंदीच्या डोहात (काव्यसंग्रह)(2022)
यक्षांच्या सावल्या (काव्यसंग्रह)(2022)

टप टप गिरती है... बरसातें...
वो पत्ते रोते हैं...
देख बहार में... जीने वालों के भी...
गम होते हैं...

- गुलज़ार साहब

www.ingramcontent.com/pod-product-compliance
Lightning Source LLC
LaVergne TN
LVHW022359220825
819400LV00033B/894
* 9 7 9 8 8 8 6 8 4 7 9 0 1 *